द्वारकेचा सूर्यास्त

दिनकर जोषी

अनुवाद

अनघा प्रभुदेसाई

मेहता पब्लिशिंग हाऊस

Please contact us at **Mehta Publishing House Pvt. Ltd.**
✆ +91 020-24476924 / 24460313 / Mob. No. 9545000513
Email : production@mehtapublishinghouse.com
Website : www.mehtapublishinghouse.com

- *या पुस्तकातील लेखकाची मते, घटना, वर्णने ही त्या लेखकाची असून त्याच्याशी प्रकाशक सहमत असतीलच असे नाही.*

SAMI SANJANA PADCHHAYA by DINKAR JOSHI

Originally Published in Gujrati
Translated into Marathi Language by Anagha Prabhudesai

द्वारकेचा सूर्यास्त / अनुवादित कादंबरी

अनुवाद : अनघा प्रभुदेसाई

Email : author@mehtapublishinghouse.com

मराठी अनुवादाचे व प्रकाशनाचे हक्क : मेहता पब्लिशिंग हाऊस प्रा. लि.

संस्थापक : सुनील अनिल मेहता

प्रकाशक : मेहता पब्लिशिंग हाऊस प्रा. लि.
१९४१, सदाशिव पेठ, माडीवाले कॉलनी, पुणे - ३०

मुद्रक : ट्रिनिटी अ‍ॅकॅडमी फॉर कॉर्पोरेट ट्रेनिंग लिमिटेड

मुखपृष्ठ : सतीश भावसार

प्रकाशनकाल : एप्रिल, २०११ /
मेहता पब्लिशिंग हाऊस प्रा. लि.ची दुसरी आवृत्ती : जून, २०२२

किंमत : ₹ १६०

P Book ISBN 9789394258402
E Book ISBN 9789394258419
E Books available on : amazonkindle Apple Books Google Play Books

---

दास्यमैश्वर्यवादेन ज्ञातीनां वै करोम्यहम् ।
अर्धभोक्तास्मि भोगानां वाग्दुरुक्तानिच क्षमे ॥
अरणीमग्निकामो वा मथ्नाति हृदयं मम ।
वाचा दुरुक्तं द्वे वर्षे तन्मे दहति नित्यदा ॥
ममैव क्लिश्यमानस्य नारदोभयतः सदा ।
वक्तुमर्हसि यच्छ्रेयो ज्ञातीनामात्मनस्तथा ॥

महाभारत (शांतिपर्व : ८२/५.६.१२)

प्रस्तावना

श्रीकृष्णाच्या जीवनाविषयी महाभारत, श्रीमद्भागवत, हरिवंश, विष्णुपुराण वगैरे ग्रंथांत विपुल माहिती आहे. या आलेखनांमध्ये क्वचित परस्परविरोध दिसतो. पौराणिक ग्रंथांच्या आधारे लिहिलेल्या अनुवर्ती ग्रंथसंपदेतही तो दिसतोच. पुढच्या काळातील लेखकांनी, मूळ ग्रंथात उल्लेख नसलेल्या आणि कथानकांची अनुवर्ती ग्रंथात भर टाकली आहे. या कल्पनांचा मथितार्थ जाणून घेऊन त्यांचा मूळ माहितीची पुरवणी म्हणून स्वीकार करणे, वाजवी ठरवण्याचा विचारही चर्चेत आला आहे.

महाभारताच्या युद्धाच्या घटनेस छत्तीस वर्षे झाल्यानंतर यदुवंशाचा नाश झाला, हे मात्र सर्व ग्रंथांत निरपवाद दिसते आणि ही छत्तीस वर्षे श्रीकृष्ण द्वारकेतच होता. या कालावधीत त्याने विशेष म्हणण्याजोगे कार्य वा प्रवृत्ती केल्याची माहिती कुठेही उद्धृत नाही. तो द्वारकेबाहेर - हस्तिनापूर किंवा अन्यत्र गेल्याचाही उल्लेख नाही. प्रिय सखा अर्जुन किंवा इतर कुणाची भेट घेतल्याचीही नोंद नाही. सुदीर्घ आयुष्याचा अंतिम काळ त्याने गृहस्थ धर्माची कर्तव्ये संपवून निवृत्त झालेल्या ज्येष्ठ कुटुंब प्रमुखासारख्या निर्वेध भावनेने व्यतित केला असावा, असे वाटते.

या छत्तीस वर्षांच्या संदर्भात जी माहिती उपलब्ध आहे, तिचे कथारूपाने निरूपण करण्याचा हा प्रयत्न आहे. ही कादंबरी धारावाहिक स्वरूपात 'जन्मभूमीप्रवासी' व 'फूलछाब' या सामाईकांच्या साप्ताहिक पुरवणीत एकाच वेळी प्रकाशित होत असे, ही नोंद मला गरजेची वाटते. शास्त्रोक्त कथानक विशुद्ध साहित्यरूपात सादर करताना, मूळ कथाप्रवाहाचे सातत्य जपण्यासाठी अत्यावश्यक वाटतील अशा किमान कल्पनांचीच यामध्ये भर घातली आहे. या पुस्तक प्रकाशनाबद्दल मेहता पब्लिशिंग हाऊसचे श्री. सुनील अनिल मेहता यांचे मनःपूर्वक आभार!

– दिनकर जोषी

अनुवादिकेचे मनोगत

श्री. दिनकर जोषी यांचे अजून एक पुस्तक वाचकांसमोर ठेवताना मन प्रसन्न आहे. महाभारताच्या, विशेषतः श्रीकृष्णाच्या संदर्भात त्यांनी केलेल्या लेखनात मला अभ्यास आणि तार्किक दृष्टी जाणवते. श्रीकृष्णाच्या महानिर्वाणानंतर सुहृदांच्या मनाची हळहळ टिपणारी 'शाम एकवार आवोने आंगणे' ही गुजराती आणि 'परतुनि ये घनश्याम' नावाने झालेला त्याचाच मराठी अनुवाद हे दोन्ही मला खूप मानवीय वाटले नि आवडले. यादवी आधीची छत्तीस वर्षे सादर करणारी कादंबरी अनुवादित करण्याचे काम त्यांनी माझ्यावर सोपवले, याचा विशेष आनंद! आता माझे वास्तव्य भारतात नसते. कॅनडात - नव्या भूमीवर मी अजून नीटसे पाय रोवलेले नाहीत. अशा वेळी माझ्या क्षमतेवर विश्वासून त्यांनी हे काम सोपवले, याबद्दल मी त्यांची ऋणी आहे. त्यांच्या सहृदयतेमुळे माझे साहित्यप्रेम खंडित न होता चालू राहू शकले.

लेखन पुस्तकरूपाने सादर करण्यास मदत करणाऱ्या प्रत्येकाचे मी मनःपूर्वक आभार मानते. वाचकांच्या सहकार्याने मी विकसित होत आहे. हे प्रेम मला सदैव लाभो, अशी माझी प्रार्थना आहे.

– अनघा प्रभुदेसाई

अनुक्रमणिका

१

राहू-केतू

कृष्ण पक्षातील अष्टमीच्या चंद्राने क्षितिजाची मर्यादा ओलांडून खुल्या आकाशात प्रवेश केला. मृगशीर्षाकडे व्याध एकटक बघत असल्याचा भास व्हावा, असे स्वामी नक्षत्र सागरजलात प्रतिबिंबित झाले होते. आकाशगंगा जणू द्वारकेच्या दुर्गावरून प्रतिबिंबित होणारा मंद प्रकाश न्याहाळत अनोखे सुख अनुभवत होती. आकाशगंगेच्या तारका, नैमिषारण्यातील ज्ञानसत्रात सहभागी झालेल्या विद्वान महर्षींप्रमाणे तेजस्वी दिसत होत्या. द्वारकेच्या दुर्गास कवेत घेण्यासाठी आसुसून उफाळणाऱ्या सागरलाटा नुकत्याच शांत झाल्या होत्या.

कुशस्थली, द्वारामती किंवा द्वारका या नावाने आर्यावर्तात विख्यात असलेल्या आखीव-रेखीव सुबक नगरीस चारही दिशांना दरवाजे होते. सर्व दरवाजांवर परस्परांना संकेत करत गस्त घालणारे प्रहरी होते. रात्रीचा चौथा प्रहर सुरू होण्यास अजून अवकाश होता. अशा वेळी... कृष्णप्रासादाच्या शयनगृहात श्रीकृष्णाची झोप चाळवली. कूस पालटून त्याने डोळे उघडले... तेव्हा उघड्या गवाक्षातून आकाश जणू डोकावू पाहत होते. असीम आकाशाची कोणतीशी सीमा दृष्टिगोचर झाल्यासारखा त्याच्या तोंडून निःश्वास निसटला आणि आकाशावरची नजर दूर करून तो दुसऱ्या कुशीस वळला. चंदनाच्या पलंगावर डाव्या बाजूस असलेल्या निद्रिस्त रुक्मिणीवर त्याची नजर स्थिरावली. पत्नीला गाढ झोप लागल्याचे त्याला जाणवले. तिचा निद्राभंग होऊ नये, याची काळजी घेत श्रीकृष्ण सावधपणे उठला. पलंगाखाली

ठेवलेल्या खडावांवर पाऊल ठेवताच तो सतर्क झाला. खडावांच्या आवाजाने पत्नीची झोपमोड होईल, असा विचार करून त्याने खडावा घालायचे टाळले. उत्तरीय सावरत, त्याने उजव्या पावलाच्या तळव्याकडे बघितले; नकळत त्याचा हात त्या तळव्यावर फिरला आणि मुद्रेवर विषादपूर्ण स्मित उमटले. मान वळवून पुन्हा त्याने निद्रिस्त रुक्मिणीकडे बघितले. प्रासादात रात्री प्रज्वलित केलेल्या मशालींचा प्रकाश आता अगदी मंदावला होता. मंद प्रकाशात उमटलेल्या स्वतःच्या लांबोडक्या सावलीवर क्षणभर त्याची नजर स्थिरावली. पाऊल वाजू न देण्याची दक्षता घेत तो हळूच गवाक्षाकडे गेला. गवाक्षातून द्वारकेचे दर्शन होत होते. तो नगरीचा पूर्व भाग होता. पूर्व दिशा रैवतक पर्वताने व्यापली होती. पर्वताच्या उत्तुंग शिखरांमुळे द्वारकेची पूर्व दिशा आपोआप अभेद्य बनली होती. राजा रैवतकाची नगरी अत्यंत सुरक्षित असल्याचे जाणवत असताना, अनाम भय द्वारकेस अरक्षित करत आहेसे वाटून तो अस्वस्थ झाला.

श्रीकृष्णाची अस्वस्थ नजर भिरभिरत होती. या नगरीने बारा योजने व्यापली होती. कृष्णप्रासादाच्या उजव्या बाजूस लाल रत्ने जडवलेला 'रुक्मिणीमहाल' होता. डाव्या बाजूस राणी सत्यभामेचा 'दुग्धधवल' महाल संगमरवराने मढवलेला होता. तिथून थोड्या अंतरावर माता देवकी आणि पिता वसुदेव यांचे 'केतुमान' नावाचे निवासस्थान होते. जराजर्जर अवस्थेत पोहोचलेले हे दांपत्य आता जीवनाच्या अंतिम चरणात प्रवेश करते झाले आहे, ही जाणीव अस्वस्थ करणारी होती.

श्रीकृष्णाने नकळत तोंड फिरवले. अनायासे नजर दक्षिणेकडे वळली आणि 'विरज' नावाचा प्रासाद दिसला. श्रीकृष्णाचे ते उपस्थानगृह होते. रजोगुण आणि तमोगुण यांचा महालात प्रवेश होऊ नये, यासाठी काळजी घेऊन विश्वकर्म्याने या प्रासादाची निर्मिती केली होती. सर्व प्रासादांवर जडवलेले सुवर्ण आणि रत्नांचे तेज, चंद्राच्या मंद प्रकाशात ओसरल्यासारखे भासत होते.

श्रीकृष्णाची विहंगदृष्टी दक्षिणेच्या लतावेष्ट नावाच्या पर्वताच्या पायथ्याशी पोहोचली. तिथे एक विशाल सरोवर होते. त्यातील विपुल जल, कृष्णप्रासादातूनही नजरेस पडत असे. देवर्षी नारदांनी मान सरोवरातून आणलेले ब्रह्मकमळ, सत्यभामेने या सरोवरात सोडले होते. सरोवरात आता अनेक कमळे फुलली होती. श्रीकृष्णाची अस्वस्थ नजर उत्तर दिशेस वळली. उत्तरेस वेणुमंत पर्वत होता. वेणुमंताच्या चहुबाजूंस चैत्रच्यवन पसरले होते. श्रीकृष्णाची नजर चैत्रच्यवनावर स्थिरावली. देवराज इंद्राने दिलेला पारिजातवृक्ष श्रीकृष्णाने स्वहस्ते या वनात लावला होता. तो आता खूप बहरला होता. वेगवेगळ्या दिशांना असलेल्या नंदनवन, मिश्रकवन आणि वैभ्राजवनाची शोभा अनुपम होती. ही सारी सुंदर वने नेत्रसुख प्रदान करणारी असूनही श्रीकृष्णाने क्षणभर नेत्र मिटले. क्षणार्धात त्याची नजर पुन्हा उजव्या

पावलाकडे वळली. मुद्रेवर तेच विषादपूर्ण स्मित उमटले आणि विरलेही! पुनश्च नजर असीम आकाशाकडे वळली. राहू-केतू स्वाती नक्षत्रास ओलांडून निकट पोहोचले होते. पापणी न लववविता श्रीकृष्णाने राहू आणि केतू यांतील अंतर मोजण्याचा प्रयास केला.

पाठीस चाहूल जाणवल्याने, त्याने मान वळवली; तेव्हा रुक्मिणी अगदी निकट उभी होती. कदाचित बऱ्याच वेळापासून ती तिथे उभी असावी, असे श्रीकृष्णास वाटले.

"उठलात?" किंचित हसत श्रीकृष्णाने विचारले. "ब्राह्ममुहूर्तास अजून बराच अवकाश आहे."

"स्वामी जे तुम्ही जाणता, ते माझ्यासाठी समस्या ठरते." श्रीकृष्णाच्या चरणी झुकत तिने विचारले, "इतक्या लवकर का बरे उठलात?"

श्रीकृष्ण किंचित हसला, "देवी, मला केव्हाच जाग आली होती; पण तुमचा निद्राभंग होऊ नये म्हणून थोडा वेळ पडून राहिलो. मग उठल्याविना राहवेना. शक्य तितक्या हळूच मी शय्यात्याग केला, तरी तुम्ही बऱ्या जाग्या झालात?"

"त्यक्त शय्येत जडत्व असते स्वामी! त्या जडत्वाच्या भाराने माझे निद्राहरण केले. स्वामीने त्याग केला असेल, त्या शय्येवर अनाम भार पहुडतो. मग तशा हवेच्या लहरी मला कशा झोपू देतील?" रुक्मिणीच्या प्रश्नाने श्रीकृष्णास निरुत्तर केले.

"आणि हे काय?" पतीच्या अनवाणी पावलांकडे बघत रुक्मिणीने विचारले. "शय्यात्याग करणे पुरेसे नव्हते तर खडावांचाही त्याग केलात?" श्रीकृष्णाची नजर पुन्हा उघड्या पायाकडे वळली. त्याच्या मुद्रेवर हलकी स्मितरेषा उमटली.

"समजले," रुक्मिणी हसत म्हणाली. "आवाजाने माझी झोपमोड होईल, या विचाराने स्वामींना अनवाणी चालायला लागले. स्वामी, झोपमोड करायला तुमची अनुपस्थिती पुरेशी नाही?"

"देवी, तुम्ही माझा मनोभाव जाणता."

"आणि तरी मला सतत वाटते की, तुमच्या-माझ्या अंतरात 'अंतर' आहेच."

"मानवी मनाची ही विषमता आहे, देवी! कधी दूरची व्यक्ती अत्यंत निकट असल्याचा भाव दाटतो तर कधी निकटची व्यक्ती आपल्यापासून अनेक योजने दूर असल्याचा भाव!"

"भगवंत ब्राह्ममुहूर्तास मी वाद कसा घालू?" टपोरे डोळे श्रीकृष्णावर रोखत रुक्मिणीने विचारले. ब्राह्ममुहूर्ताच्या थंड झुळकेने श्रीकृष्णाचे उत्तरीय फरफरत होते. तिकडे बघत ती म्हणाली, "पण स्वामी, मध्यरात्री जाग का आली ते नाही सांगितलेत!"

श्रीकृष्णाचे मौन अक्षत राहिले. रुक्मिणीच्या मुद्रेवरील प्रश्न गडद झाला. ते पाहून तो उत्तरला, "एका दुःस्वप्नाने निद्राभंग केला."

"दुःस्वप्न?" रुक्मिणीच्या प्रश्नात अपार नवल दाटले. "स्वामींना दुःस्वप्न कसे अस्वस्थ करील? तुम्ही स्वप्नसृष्टीच्या पलीकडे आहात. तुमच्या निद्राप्रदेशात दुःस्वप्नांचा प्रवेश कसा होऊ शकेल?"

"कदाचित ते दुःस्वप्न नव्हते," श्रीकृष्ण उत्तरला. "पण ते स्वप्न नसणे स्वीकारले तर सत्य म्हणून स्वीकारावे लागेल. तसे केल्यास, परिस्थिती अधिक समस्यामूलक होईल."

"असे घडले तरी काय स्वामी?" रुक्मिणीच्या स्वरात अतीव कुतूहल होते.

"गाढ झोपेत असताना अचानक माझ्या उजव्या पायास उंदराचा डंख जाणवला. त्या वेदनेने माझी झोप मोड झाली." श्रीकृष्णाचा स्वर गंभीर बनला.

"काय म्हणता स्वामी?" रुक्मिणीच्या मुखातून चीत्कार उमटला, "उंदीर हा क्षुद्र जंतुसदृश प्राणी! त्याने तुमच्या देहास स्पर्श करण्याचे साहस करणे, कल्पनेतही असह्य आहे."

"मलाही तसेच वाटले," श्रीकृष्ण म्हणाला, "कदाचित वीरपुरुषाचा शस्त्राघात सह्य वाटेल, असा तो डंख वेदनादायी होता. हे स्वप्न नसेल तर कृष्णप्रासादात उंदीर असणे आणि त्याने कृष्णास डंख करणे, समस्यासूचक आहे."

"नाही स्वामी!" नकार देत रुक्मिणी मटकन श्रीकृष्णाच्या चरणांशी बसली. उजव्या पावलावर हात फिरवत चौकस निरीक्षण करत म्हणाली, "पावलावर डंखाची खूण नाही. अठरा अक्षौहिणी सेनेचा घेरा असताना तुमच्यावर शस्त्राचा चरा उमटला नाही. कंस, चाणूर, कुवलियापीड... अशा महाबलींशी सामना करताना जो देह अक्षुण्ण राहिला, त्या देहास उंदरासारखा सामान्य प्राणी डंख मारील, हा विचार स्वप्नातही शक्य वाटत नाही."

दुर्गावर रात्रीचा चौथा प्रहर सुरू झाल्याचा टोल झाला. पाहता पाहता चैत्रच्यवनातील तापसांच्या आश्रमात यज्ञवेदी पेटल्या. त्यातून उठणारी धूम्रवलये आकाशगामी झाली. पहाटेच्या गारव्यात तूपमिश्रित धूम्रवलयांचा सुगंध मिसळला. श्रीकृष्णाची नजर पूर्वेस वळली. पूर्व दिशेत सूर्योदयाच्या लालसर रंगास डावलून अनाम काळे वर्तुळ निर्माण होत होते. ब्राह्ममुहूर्ताच्या सूर्योदयपूर्व काळात, हा अपरिचित आकार श्रीकृष्णाच्या मनात प्रश्न निर्माण करू लागला.

"देवी! पूर्व दिशेस उमटलेले वर्तुळ बघितलेत?"

"मला वर्तुळाची परिभाषा कशी कळेल, स्वामी? मी केवळ सूर्योदय न्याहाळू शकते." श्रीकृष्ण काही बोलला नाही. त्याला गप्प पाहून, रुक्मिणीच म्हणाली, "हे गूढ तुम्ही उकलाल या अपेक्षेत, तुमच्या शब्दांच्या प्रतीक्षेत आहे स्वामी!

उंदराचा डंख आणि पूर्वेस सूर्याच्या आभेपूर्वी प्रकटलेले वर्तुळ यांत काही परस्परसंबंध आहे?''

''मी त्याचाच शोध घेत आहे देवी!'' श्रीकृष्ण गंभीर स्वरात उत्तरला. ''तिकडे बघा, राहू-केतू हे शापित ग्रह, शापाची उपेक्षा करून, स्वाती नक्षत्राच्या मार्गरिषेचा लोप करून परस्परांच्या निकट पोहोचले आहेत.''

रुक्मिणीने आकाशाकडे बघितले; पण तिला प्राचीवर रक्तिम उधळणच दिसली.

''तुमच्याइतके ब्रह्मांडदर्शन मला नाही, नाथ! कधीकधी तुमचे चित्र आणि ब्रह्मांडाचा व्याप हे दोन्ही मला सारखेच अफाट वाटतात. मला तुमचे चित्त कळू द्या स्वामी!'' ठीक तेव्हाच प्रासादातील पुरोहितांची ब्राह्ममुहूर्ताची स्तुतिवंदना सुरू झाली. त्या मधूर सुरावलीने समस्त वातावरणात प्रसन्नतेचा शिडकावा केला. ती सुरावली जणू शयनगृहात झोपलेल्या सर्वांना सांगत होती, 'शय्यात्याग करा. ब्राह्ममुहूर्तापासून कर्मकांडाच्या दिनचर्येस सुरुवात केली पाहिजे.'

श्रीकृष्णाचा पाय किंचित हलला. गप्पा संपल्याचा तो संकेत होता. काही काळासाठी आता प्रश्न अनुत्तरित राहणार आहे, हे रुक्मिणीला उमजले. याचे तिला नवल अथवा वाईटही वाटले नाही. तोवर श्रीकृष्णाने सोप्या आणि सरळ भाषेत, तिच्या अनेक प्रश्नांचे निरूपण केले होते. तरी मन किंचित अस्वस्थ होतेच. अनायास मनात विचारांची रवी फिरली. प्रदीर्घ काळाच्या सहवासात पतिदेवांनी बहुसंख्य प्रश्नांची सुसंगत उत्तरे दिली असली; तरी साऱ्यांच प्रश्नांची उत्तरे दिलेली नाहीत. साधे, सरळ आणि सान्निध वाटणारे पतिराज, कधी अगदी अपरिचित आणि अकळ का वाटतात, हे कळेना; पण ही वेळ प्रश्न विचारायची नाही, याची तिला जाणीव होती. म्हणून कृष्णचरणांस स्पर्श करून तिने निरोप घेतला.

शांत मनाने श्रीकृष्णाने प्रातर्विधी संपवले.

द्वारकेची निर्मिती करताना, यादवसभेचे आयोजन सोईस्कर व्हावे यासाठी विश्वकर्माहस्ते 'दाशाही' नावाचे प्रशस्त सभागृह तयार केले होते. इथे रोज सभा भरत असे. नित्याप्रमाणे श्रीकृष्ण या सभागृहात पोहोचला, तेव्हा वृष्णीवंशाच्या सभेतील बरीच आसने रिक्त होती. सभागृहाची निर्मिती करताना विश्वकर्माने शुक्राचार्यनीती अनुसरली होती. या प्रकारात, उपस्थित असलेल्या व्यक्तीच्या मनात छल-कपट असेल तर तो भाव मुद्रेवर प्रगट होई. अर्थात तो सरसकट सर्वांना कळत नसे. श्रीकृष्ण, बलराम आणि एक-दोन ज्येष्ठ यादवांना, चेहऱ्याची ही विशिष्ट भाषा कळत असे. बलराम क्वचित सभेस येत असे. कुरुक्षेत्राच्या महासंहारानंतर त्याला राजकारणात स्वारस्य उरले नव्हते. प्रासाद, मधुशाला आणि उद्यानातच त्याचा अधिक वावर असे. अक्रूर, वसुदेव यांच्यासारखे ज्येष्ठ यादव आताशा

क्वचित सभेस येत. राजा उग्रसेनही कर्तव्यभावनेने सभेस येतात, याची श्रीकृष्णास जाणीव होती. अनिरुद्ध, प्रद्युम्न, सांब, कृतवर्मा, सात्यकी... अथवा त्या वयाचे यादवकुमारच तेवढे सभाखंडात दिसत.

कुरुक्षेत्रापूर्वी या सभेत तसूभर जागा नसे. चांदी व काष्ठासनावर, मानाप्रमाणे ज्येष्ठ यादव आरूढ असत. जमिनीवर मखमली गालिचा अंथरलेला असे; त्यावर कनिष्ठ यादव बसत.

श्रीकृष्णाचा सभाखंडात प्रवेश झाला, तेव्हा अर्ध्याहून अधिक आसने रिकामी होती. गालिच्यावर बसलेल्या यादवांची संख्या नगण्य होती. ते पाहून काही प्रहरांपूर्वीचा अनुभव श्रीकृष्णाच्या स्मरणपातळीवर उसळला. उंदराचा डंख, उगवत्या दिशेस अपरिचित काळे वर्तुळ आणि स्वाती नक्षत्रास ओलांडून निकट आलेले राहू-केतू हे शापित ग्रह!

पुनश्च त्यांच्या मुद्रेवर गूढ स्मित उमटले.

❖

२

भयव्याप्त गोकुळ

यादवसभा संपवून श्रीकृष्ण महाली परतला, तेव्हा सूर्य मध्याकाशात पोहोचण्याच्या तयारीत होता. पहाटेपासूनच नित्यकर्मात मग्न असलेल्या द्वारकावासीयांचा कार्यवेग किंचित मंदावला होता. अश्वपाल घोड्यांसह अश्वशाळेकडे जात होते. पहाटे शस्त्रास्त्रांनी सजून अरण्यप्रदेश वा पर्वतीय प्रदेशाकडे गेलेले अल्लड यादवकुमार आता परतले होते. प्रासादाच्या प्रांगणात प्रभातकाळी प्रज्वलित झालेल्या यज्ञवेदींना, माध्यान्ह-अर्घ्याची प्रतीक्षा असल्याप्रमाणे यज्ञवेदीतील राख स्वैर उडत होती. वेदशाळेत वा अध्ययन केंद्रात उमटणारे स्वर आता शमले होते. तरी त्याचे पडसाद अजून द्वारकानगरीत विहरत होते.

श्रीकृष्ण स्वप्रासादातील स्वतःच्या कक्षाशी पोहोचला, तेव्हा रुक्मिणी वाट बघत गवाक्षापाशी उभी होती. तिने कृष्णप्रतीक्षेत खोळंबणे ही काही नित्याची बाब नव्हती. म्हणून श्रीकृष्णास उजाडण्यापूर्वी झालेला अर्धवट संवाद आठवला. कार्यव्यस्त दिनचर्येने, ती चर्चा त्यांच्या मनाबाहेर गेली होती. रुक्मिणीला पाहून तिचे स्मरण ताजे झाले. नकळत त्याची नजर परत पावलांकडे वळली. आता ती चपखल बसणाऱ्या खडावांत विसावली होती. उजव्या खडावेतील पावलावर त्यांना अभिप्रेत असणारे चिन्ह अर्थातच नव्हते. तरी तिथे डंखाची चरचर जाणवून तो विचलित झाला. पुनश्च त्याच्या मुद्रेवर गूढ स्मित उमटले. उंदराच्या डंखाच्या संकेतात, त्याला प्रगल्भ महाकाळाचा - कळिकाळाचा जणू पदरव ऐकू येत होता.

"प्रतीक्षा करताहात देवी?" रुक्मिणीच्या समीप जाऊन त्याने हसत विचारले.

"तुमच्यापासून काय लपणार?" रुक्मिणी उत्तरली. "यादवसभेत अनेक प्रश्न आणि उपप्रश्नांची चर्चा झाली असेल. त्यात तुम्ही पहाटे आपल्यात झालेली चर्चा विसरला असाल; पण माझा केंद्रबिंदू आणि व्यापही, एकच आहे. ते तुम्ही जाणता."

"कोणतेही केंद्र वा व्याप समग्र जीवनात कधी शाश्वत रूप धारण करू शकत नाहीत, देवी!" श्रीकृष्ण मृदू स्वरात म्हणाला. "प्रसंगी केंद्र आपसूक बदलत असतात. स्मरणशक्तीस चिमटा काढा आणि आठवा देवी, विदर्भातील कौमार्यावस्थेत केंद्र होते ते आज यथावत आहे?"

"रुक्मिणी एक सामान्य स्त्री आहे; पण ऐकले होते की, गोकुळातील गोपालकाचे केंद्र राधा नावाची सखी होती. ते केंद्र आजही यथावत राहिले असल्याचे मला जाणवते."

"तुम्हाला तिचा हेवा वाटतो देवी?" श्रीकृष्णाचा स्वर मिश्कील बनला.

"नाही. कृष्णासाठी कुणाचा हेवा करण्याची अवस्था आता मी ओलांडली आहे." शांतपणे उत्तर देऊन ती श्रीकृष्णापाशी बसली. "पण तरी प्रश्न यथावत राहिले आहेत, स्वामी!"

"प्रत्येक प्रश्नाचे उत्तर शोधणे धर्मनिषिद्ध आहे." श्रीकृष्ण उत्तरला. "विदुषी गार्गी आणि महर्षी याज्ञवल्क्य यांची प्रश्नोत्तरे आठवा. अतिप्रश्नांचा मारा मस्तकाचे चूर्ण करतो, असे महर्षींनी गार्गीस सांगितले, ते सत्यच होते."

"खरे सांगायचे तर राधेचा नाही, मला हल्ली कधीकधी माता देवकींचा हेवा वाटतो."

"तुम्हाला माता देवकीच्या मातृत्वाचा हेवा वाटतो की समग्र स्त्रीत्वाचा?"

"स्त्रीत्व मलाही पूर्णत्वाने सापडले आहे, भगवन्!" रुक्मिणी बोलली. "पण कृष्णासारखा पुत्र प्राप्त केलेल्या माता देवकीचे मातृत्व धन्य झाले, असे वाटल्याविना राहात नाही."

श्रीकृष्ण मौनात हरवला.

"का स्वामी, काही बोलला नाहीत? अशी सुदैवी माता आणि असा परम पुत्र आर्यावर्तात अन्यत्र नाही."

"एक सत्य ओठी आणले तर चकित होऊ नका देवी! देवकी आणि कृष्ण, माता आणि पुत्र म्हणून दोघेही कल्पना करता येऊ नये, इतके दुर्दैवी असल्याचे कबूल करावे लागेल." श्रीकृष्णाच्या ओठांवर मंद स्मित होते; पण ते आनंदसूचक नव्हते. त्याची नजर हरवल्यागत कुठेशी खोल उतरलेली भासत होती.

"काय म्हणता? देवांना दुर्लभ वाटावी अशी माता आणि कर्तृत्ववान पुत्रास

स्वामी दुर्दैवी ठरवतात?''

''एक प्रश्न विचारू देवी?'' युगायुगांसाठी मनात दडवलेले गुपित खुले करत असल्यागत कृष्णस्वर गूढ बनला. ''स्त्रीजीवनात, 'जीवन धन्य झाले', याची जाण करवणारा परमोच्च क्षण कोणता?''

''ज्या क्षणी स्त्रीस मातृत्व प्राप्त होते,'' क्षणाचाही विलंब न करता रुक्मिणी म्हणाली. ''मातृत्वप्राप्तीच्या क्षणाइतका धन्यता देणारा दुसरा क्षण स्त्रीजीवनात असूच शकत नाही.''

''आणि तुम्ही जाणता देवी की...'' श्रीकृष्ण पुढे म्हणाला. ''माता देवकीच्या जीवनात मातृत्वप्राप्तीचा प्रत्येक क्षण कमालीचा करुण आणि दारुण ठरला. आठ मुलांना जन्म देणाऱ्या मातेला एकाही मुलास छातीस धरण्याचे परमभाग्य लाभले नाही. या मातेसाठी प्रत्येक पुत्राचा जन्म भयसंदेश ठरला. नवजात शिशूच्या रुदनाचा स्वर पूर्णतेने प्रकट होण्याआधी त्यात मातेचा करुण चीत्कार मिसळला.''

''ती करुण कथा समग्र आर्यावर्त जाणून आहे, देवा!''

''आणि माता देवकीने आठवा पुत्र प्रसवला, त्यासही छातीस धरून अमृतपान करवण्याचे भाग्य नाही लाभले त्या मातेला!'' रुक्मिणीचे बोल कानी पडले नसल्यागत श्रीकृष्ण हरवल्या स्वरात बोलत राहिला, ''जन्मलेल्या प्रत्येक बालकास मातेस बिलगून स्तन्य प्राप्त करण्याचा हक्क असतो; हे नैसर्गिक विश्वसत्य! त्या अधिकारापासून बालकास वंचित केले जात नाही. निसर्गाच्या या नियमास कृष्णाचा अपवाद! तो जगला; पण त्याला जननीचे दूध नाही मिळाले. देवी! तुमच्यासमक्ष ही वेदना आज प्रकट होत असली तरी कृष्णजीवनाची ही करुणांतिका केवळ कृष्णानेच जीवनभर भोगली आणि पचवली आहे. आता सांगा, माता देवकी आणि पुत्र कृष्ण दुर्दैवी नाहीत का?''

रुक्मिणी स्तब्ध झाली. या घटना तिला ठाऊक होत्याच; पण घटनांचा हा मथितार्थ तिला कधी जाणवला नव्हता, हेही खरे! तिला प्रद्युम्न आठवला. सुचारू, यशोधक वगैरे पुत्रही आठवले. प्रत्येक प्रसवावेळी अनुभवलेल्या मधुर वेदना आठवल्या. त्या वेदनांचा अंत सुचवणारे नवजात शिशूचे रुदन कानी पडले की, जी अनुभूती अनुभवली होती, ती स्मरणपातळीवर उसळली. रडत्या बालकास लगेच दाईच्या हातातून घेऊन आपण किती वात्सल्याने छातीशी धरत होतो, ते संतोषप्रद क्षण तीव्रतेने आठवले. नवजात बालक स्तनपान करत असल्याने त्याच्या ओठातून चुटुचुटु आवाज येत आहे, असा तिला भास झाला आणि ती शहारली.

''कसला विचार करता आहात देवी?'' श्रीकृष्णाच्या प्रश्नाने तिला वर्तमानात आणले. ती परत कृष्णबोल ऐकू लागली. ''गोकुळात वास्तव्य होते, तेव्हा या उणिवा बोचल्या नाहीत. मात्र, यशोदेच्या लालन-पालनात इतकी आत्मीयता होती

की, आपली जन्मदात्री वेगळी असेल, असा संशयही येऊ नये. मथुरेत माता देवकीचे दर्शन घडेतो, स्तनपानाची गरज अनेक योजने दूर गेली होती. नंतरच्या घटना तरी कुठे कुणापासून लपून आहेत?''

''तर मग स्वामी, आज इतक्या वर्षांनंतर जीवनाच्या उत्तरावस्थेत हे स्मरण तुम्हाला का व्यथित करते आहे?'' रुक्मिणीने कळवळून विचारले.

''यातही काळाचा गर्भित संकेत असेल!'' श्रीकृष्णाच्या स्वरात पुन्हा गूढता दाटली. ''स्मृती-विस्मृतींची प्रक्रिया खूपदा गूढ वाटते. ती गूढता जास्तीतजास्त उलगडण्यासाठी काळच पथदर्शक होऊ शकतो. ज्यांच्यासाठी हे गूढ अनाकलनीय ठरते, त्यांच्यासाठी जीवन विकट समस्या बनते, देवी!''

''स्वामी, आजच्या बोलण्यात मृत्यूची परिभाषा डोकावत असल्याचा संशय गडद होतो आहे. माझे प्रश्न जन्माच्या संदर्भात आहेत आणि स्वामी मृत्यूच्या परिभाषेत उत्तरे देत आहेत.''

''तुमच्या लेखी जन्म आणि मृत्यू ही अंतिम सत्ये असतील. या दोन अंतिम सत्यांतील कालखंड 'जीवन' असतो.'' श्रीकृष्ण गंभीर स्वरात म्हणाला. ''पण कृष्णासाठी जन्मासोबत सहजतेने मृत्यूही - प्रकाश आणि अंधारात एकाबरोबर दुसरा प्रकट होई. या दोन बिंदूंत कालखंड प्राप्त होण्याची जाणीव तर फार नंतर झाली. माझ्यासाठी जन्म आणि मृत्यूस एकच अस्तित्व होते.''

''कसे शक्य आहे, प्रभू?'' चकित झालेल्या रुक्मिणीच्या मुखातून अनायासे प्रश्न निसटला, ''आम्ही तर ऐकून आहोत की, तुम्ही बालपणापासून मृत्यूवर विजय मिळवत आला आहात! ज्याने बालपणीच मृत्यूस जिंकले, त्याच्या परम सौभाग्याच्या गोष्टीच आम्ही ऐकल्या आहेत.''

''कारण त्या परम सौभाग्याची दुसरी बाजू बघितली वा जाणून घेतली नाहीत तुम्ही.'' श्रीकृष्णाच्या स्वरात निर्वेद प्रकटला, ''नंद-यशोदाघरी वाढणाऱ्या गोपालकाचे जीवन समस्याविहीन होते? त्या शिशूचा जन्मतःच वध करण्यासाठी कंसाने अहोरात्र जागृत प्रहरींचा पहारा ठेवला. मृत्यूच्या छायेत कृष्ण मथुरेहून गोकुळास गेला; पण त्याच्यावर लटकलेली मृत्यूची तलवार दूर गेली? गोकुळात मृत्यू त्याच्या शोधात घिरट्या घालतच होता.''

पतीचे हे रूप रुक्मिणीला अगदी नवे वाटले. डोळे विस्फारून पतीचे अपरिचित रूप बघत राहिलेली रुक्मिणी स्तब्ध झाली. तिच्या मुद्रेवरील भाव सतत बदलत होते. भय, चिंता, जिज्ञासा... नाना भावना त्या मुखमंडलावर जणू लपंडाव खेळत होत्या.

''तुमचे हे रूप आणि कथन अगदी अपरिचित वाटते आहे स्वामी! मी परिचित आहे, गोकुळातील गोपींच्या मडक्यांतून लोणी चोरणाऱ्या मिश्कील कृष्णरूपाशी!

यमुनेला दूषित जलापासून - कालिया नागापासून मुक्त करणाऱ्या बालकन्हैयाचे पराक्रमच आम्ही जाणतो.''

''ज्या नवजात बालकाची पाचवी पुजणेही बाकी होते, त्यास विषारी स्तनांचे पान करवून मृत्यूमुखात लोटण्यास पुतनामावशीचा प्रवेश झाला. पोर जेमतेम रांगायला लागले, तर त्याचा घास घ्यायला शकटासूर! कित्येक असुरांच्या छायेत मोठे होणे, हेच त्या बालकाचे प्राक्तन होते. त्या बालकास देवी तुम्ही भाग्यवान कसे म्हणता?''

श्रीकृष्णाच्या स्वरास शस्त्राची धार होती. रुक्मिणीला विचारात पाडणारी! तरी तोल सावरून ती सहसंवेदनासक्त स्वरात म्हणाली, ''या घटना दुर्दैवीच आहेत स्वामी! पण साऱ्यांवर मात करून तुम्ही मृत्यूवर विजय मिळवला, त्यास मी परम समजते!''

''देवी, मृत्यूवर कुणी विजय मिळवू शकत नाही. मृत्यूच्या भयापासून अवश्य मुक्त होता येते. भयमुक्त आहे, त्यास मृत्यू स्पर्श करू शकत नाही. सदा भयग्रस्त असणारे मृत्यूपासून विमुख होत नाहीत. कृष्णाची बाल्यावस्था मातेच्या स्तन्यापासून वंचित राहिली, असेही नाही; पण त्याच्या व्यक्तिमत्त्वाच्या समग्र विकासप्रक्रियेवर मृत्यूची गडद छाया होती. म्हणून त्यास सहज कर्माप्रमाणे मृत्यूही आत्मसात करता आला. याचा अर्थ कृष्णाने मृत्यूवर विजय मिळवला आणि त्याला मृत्यूपासून मुक्ती मिळाली, असा नव्हे. कृष्ण मृत्यूच्या भयापासून मुक्त आहे, असे म्हणा हवे तर! ही निर्भयता, साऱ्या दुर्भाग्यांनी मिळवून दिलेले सौभाग्य आहे.'' रुक्मिणी भावविभोर झाली. श्रीकृष्ण चरणांशी बसून तिने मस्तक झुकवले. आत्म्याशी संवाद साधत असल्यागत ती पुटपुटली. ''दुर्भाग्यातून सौभाग्य प्राप्त करणे, हे श्रीकृष्णाचे मानवजीवन! नाथ, या मानवजीवनाचा एक अंश आम्हाला उपलब्ध करून देऊन तुम्ही आम्हाला निर्भयता प्रदान करा.''

कृष्णाओठी स्मित फुलले. वाऱ्याची एक झुळूक आत आली आणि कृष्णमस्तकावरील मोरपीस थरथरले. पूर्व दिशेस रैवतक पर्वताची शिखरे पसरली होती. गोकुळ आणि नंतर मथुरेचा त्याग करून ते रैवतक पर्वताशी पोहोचले होते, ते स्मरण ताजे झाले. गोकुळाचा निरोप घेतला, ती सकाळही आठवली.

अक्रूरांबरोबर ते मथुरेस जाण्यास निघाले, तेव्हा समस्त गोकुळाच्या मनावर अकथ्य बोजा होता. विष्णुयागाचे निमित्तमात्र होते. कंसाचे षड्यंत्र सारे जाणून होते. त्या षड्यंत्राला विरोध करून कृष्णास मथुरेस न पाठवण्याचे दुःसाहस गोकुळ करू शकले नाही. तसे केल्यास कंस गोकुळाचा विध्वंस करण्याची शक्यता होती. कंसाच्या क्रोधाचा सामना करण्याचे सामर्थ्य गोकुळवासीयांत नव्हते. कंसाच्या हीन आणि क्षुद्र वृत्तीचा विरोध टाळण्यास त्यांनी कुमार कृष्णास अक्रुरांकडे सोपवले,

तेव्हा या निर्भयतेनेच साथ दिली. स्वसामर्थ्यावर कुमार कृष्णाची अडिग श्रद्धा होती. ज्येष्ठ बंधू बलरामाचीही सोबत होती. गोकुळात मृत्यूच्या सोबतीनेच जीवन व्यतीत होत असल्याने त्याची मृत्यूशी सहज मैत्री जमली होती. तोवर झालेल्या मृत्यूच्या दर्शनाहून, कंससभेत अधिक भयप्रद काही घडू शकत नाही, या खात्रीने कुमार कृष्णाला निश्चिंत केले होते. कंससभेत व्हायची होती केवळ प्राप्त केलेल्या निर्भयतेची कसोटी! त्या कसोटीचे आव्हान कुमार कृष्णाने सहजपणे स्वीकारले.

पण गोकुळवासीयांचे काय हा प्रश्न महायुगाइतका कालावधी लोटल्यावरही अनुत्तरित राहिला होता. हल्ली वारंवार तो मनात उसळत होता. इंद्राशी लढून गोवर्धन विजय प्राप्त करून दाखवून कुमार कृष्णाने गोकुळास निर्भयतेचा पाठ शिकवला. कालिया नागाचा बीमोड करून जनतेस निर्भयतेचे महत्त्व पटवले होते. कुमारावस्थेत नव्हे, तर बाल्यावस्थेतही कृष्णाने गोकुळवासीयांसमक्ष सतत निर्भयतेची महती सादर व्हावी असे उत्तम उदाहरण ठेवले होते. तरी, तरीही मथुरेहून कंसाचा संदेश घेऊन अक्रूर गोकुळात आले, तेव्हा समस्त प्रजेत भयव्याप्त वातावरण निर्माण झाले. निर्भय मनाने त्यांनी आमंत्रणाचा अस्वीकार का केला नाही? मथुरेस जाणाऱ्या कुमार कृष्णाच्या मनात हा प्रश्न नव्हता उमटला. नंतर कर्मव्यस्त काळातही या प्रश्नाचा उद्‌भव होण्यास सवड मिळाली नाही; पण आता निवांत काळात मात्र हा प्रश्न श्रीकृष्णाच्या मनात वारंवार घोळू लागला होता.

❖

३

मथुरा सुरक्षित; पण कृष्ण...?

गोकुळवासीयांना ज्याचे भय वाटले होते, ते घडले नाही. मथुरेच्या जनपदात संशय होता तोही खोटा ठरला. गोकुळवासी प्रजेच्या मनातले भय असो की मथुरेच्या जनतेचा संशय! रूप वेगळे असले तरी जातकुळी एकच! विष्णुयागाचे निमित्त करून कंस, कुमार कृष्णाची हत्या करणार आहे, हे साऱ्यांना ठाऊक होते. सारे चिंतितही होते. निश्चिंत आणि निर्भय होते केवळ कुमार कृष्ण आणि ज्येष्ठ बंधू बलराम! घडले ते अनपेक्षित आणि अकल्पनीय होते. कुमार कृष्णाने महाबली कंसाचा वध केल्याची बातमी ऐकून गोकुळात आनंद आणि उत्साहाची लाट उसळली. मथुरेच्या प्रजेने हे दृश्य प्रत्यक्ष घडताना बघितले असून त्यांचा स्वतःच्या डोळ्यांवर विश्वास बसेना. हे सत्य की स्वप्न, याचा मुळी त्यांना उमजच पडेना! कृष्णपिता वसुदेव नि देवकीमाता तेव्हा कारागृहात होते. गणाधिपती राजा उग्रसेनही! वरिष्ठ अक्रूरच केवळ मुक्त होते; पण त्यांची मुक्ती भ्रामक असल्याची जाण समस्त यादव समाजास होती. विशिष्ट काळात कुमार कृष्णास, राजा उग्रसेन आणि पिता वसुदेव यांच्या पंगतीत अक्रूरांचे स्थान आहे, असे वाटले होते. पुढे अक्रूरांचे मन सत्तालोलूप असल्याचे जाणवते. उग्रसेन गणाधिपती असताना अक्रूर आणि वसुदेव त्यांचे डावे-उजवे हात होते. पिता उग्रसेनाच्या बरोबर वसुदेवासही युवराज

कंसाने कैदेत टाकले. अक्रूराने कंसाला विरोध करणे साऱ्यांना अपेक्षित होते; पण अक्रूरांस उगवत्या सूर्याची ओळख पटली. त्यांनी कंसाचे आधिपत्य स्वीकारले. अक्रूरांनी सत्तेस साथ दिल्याचा लोकापवाद कानी आला, तेव्हाही कृष्णाने समग्र घटनेचे वेगळ्या दृष्टिकोनातून मूल्यांकन करण्याचा प्रयत्न केला होता.

वसुदेव आणि उग्रसेनासारखे वरिष्ठ यादव कैद झाले आणि मथुरेचे गणराज्य कंसाच्या हाती गेले. गणराज्य म्हणजे आर्य शासनपद्धतीचे प्रतीक! आर्यावर्तात हस्तिनापूर आणि इतर काही ठिकाणी या परंपरेहून भिन्न राज्यपद्धतीचा उदय झाला असला तरी तिथेही राज्याचा कारभार गणराज्याच्या पद्धतीने होत असे. वंशपरंपरेने सिंहासन प्राप्त झाले तरी राजास वरिष्ठ राजकारणी आणि ज्ञानी ब्राह्मणांच्या मतास प्राधान्य द्यावे लागे; पण मथुरेत सुरू झाली कंसाची निरंकुश सत्ता! एकछत्री साम्राज्याचे प्रतीक! तरी अक्रूर या वरिष्ठ यादवाचे महत्त्व कंसास कळले होतेच. सत्तेच्या संदर्भात त्याने अक्रूरांची मानसिकता पारखली. म्हणून या ज्येष्ठ यादवास सत्तेत सामील करून घेणे हिताचे आहे, हे त्यास उमगले. अक्रूरांनी कंसास साथ दिली नसती तर त्यांचीही रवानगी कारागृहात झाली असती. मग कंससत्ता खरोखर एकचक्री वा निरंकुश बनली असती, हे कृष्णास कळत होते.

यादव कुळावर वर्चस्व स्थापण्यासाठी यादवांनी कंसाच्या आधिपत्याचा स्वीकार करणे, कंसाच्या दृष्टीनेही अत्यंत गरजेचे होते. ध्येयसिद्धीच्या दृष्टीने उपयुक्त साधन म्हणून अक्रूरांचा वापर करणे त्याने सोईचे ठरवले. अक्रूरांनी लोकमान्यता प्राप्त केली असल्यानेच कंसाने त्यांस राजमान्यता प्रदान केली. लक्ष्यापर्यंत पोहोचण्यात लोकमान्य ज्येष्ठ व्यक्तीची किती आणि कशी मदत होऊ शकते, याचा कंसाने अनुभवही घेतला. म्हणून त्याने अक्रूरांस महत्त्व दिले. म्हणजे अक्रूर आणि कंसाचे संगठन वेगवेगळ्या भूमिकांतून उभयपक्षी हिताचा विचार करून घडले, हे निर्विवाद! पण कृष्णास या संगठनात एक लखलखती तेजरेषा दिसली. कंसास साथ न देता, अक्रूरांनी कारावास पत्करला असता तर यादवकुळ उद्ध्वस्त होण्याचे भय होते. अक्रूर कंसाच्या अनिर्बंध वर्तनावर मर्यादित का होईना, पण अंकुश ठेवू शकतील. वैफल्यग्रस्त यादवांनाही अक्रूर आशास्थान वाटत. कंस अक्रूरांचे महत्त्व जाणून असल्यानेच विष्णूयागासाठी कृष्णास निमंत्रित करून मथुरेस आणण्याचे काम त्याने अक्रूरांवर सोपवले. निमंत्रण करायला इतर कुणी गेल्यास, गोकुळवासी प्रजा निमंत्रणास विरोध करील, हे त्यास उमगले. कृष्ण-बलराम इतर कुणाबरोबर मथुरेस न येण्याची शक्यता धूर्त कंसास जाणवली. खुद्द नंद-यशोदा अक्रूरांवर विश्वास ठेवतील, तसा इतर कुणावर ठेवणार नाहीत, हे तो जाणून होता. कंसाच्या राजवटीत अक्रूर जनतेचे श्रद्धास्थान आहेत, हे तो ओळखून होता. त्याचा तर्क खरा सिद्ध झाला. अक्रूरांचा उज्ज्वल भूतकाळ समाजाच्या विस्मरणात गेला नव्हता.

कृष्णास मथुरेस आणण्याचे काम अक्रूरांविना कुणालाही जमणार नव्हते. कृष्ण मथुरेस न गेल्याने उत्पात घडला असता तर त्यात कंसाव्यतिरिक्त कित्येकांचे रक्त सांडले असते. अनेक वर्षांपासून कंसाचे शासन निमूटपणे सोसणाऱ्या मथुरेच्या प्रजाजनांत मुक्तीची आशा उरलीच नव्हती. कृष्णाने त्यांच्यावर शासन लादले असते तरी त्यास विरोध होण्याची सुतराम शक्यता नव्हती, कारण कंसाच्या पकडीमधून प्रजेस मुक्त करणारा कुमार, परका नव्हे; तर ज्येष्ठ यादव वसुदेवाचा पुत्र आहे, हे कळताच सारे हर्षविभोर झाले होते. त्यांच्या लेखी कृष्णाचे स्थान सर्वोच्च होते; पण कृष्णाने तसे केले नाही. पिता वसुदेव आणि माता देवकीस कारागृहातून मुक्त करून त्याने जन्मदात्यांच्या चरणी मस्तक ठेवले. कैदेतल्या जन्मदात्यांना चौदा वर्षांनंतर पुत्रदर्शन घडले, तो क्षण अनुपम! तरी त्यात न रमता कृष्णाने राजा उग्रसेनास बंधनमुक्त केले. तेवढे करून न थांबता, कृष्णाने मथुरेचे सिंहासन पुन्हा उग्रसेनास अर्पण केले.

कृष्णाच्या मनात आता निवांत मनाने विद्याभ्यास करण्याची इच्छा होती. तोवरचे जीवन प्रदीर्घ संघर्षकालच होता. तो कंसवधाने पूर्ण केला, असे कृष्णास वाटले होते; पण हा समज भ्रामक ठरला. गणतंत्र पद्धतीचा नाश होऊन एकचक्री शासनपद्धतीचा उदय व्हावा, ही मगधराज जरासंधाची इच्छा होती. दुबळ्या राजांचा पराभव करून त्यांची राज्ये आपल्या राज्यात समाविष्ट करावीत, हे त्याचे मत आणि महत्त्वाकांक्षाही! मथुरेचा कंस आणि प्राग्ज्योपूरचा भौमासुर, मगधराज्याच्या पूर्व आणि पश्चिमेस असणारे राज्यकर्ते जरासंधाच्या विचारांचे समर्थक होते. तिघेही आर्यावर्तात एकचक्री शासनपद्धती उदयास आणण्याच्या प्रयत्नात होते. म्हणून मथुरा मुक्त होणे जरासंधास रुचले नाही. कंसाचा वध करून कृष्णाने जरासंध स्थापित करू इच्छित होता, त्या परंपरेच्या महत्त्वाच्या कडीवरच प्रहार केला. म्हणून तो जरासंधास असह्य वाटला. या परंपरेच्या संवर्धनासाठी त्याने आपल्या कन्या कंसास दिल्या होत्या. म्हणजे नव्या परंपरेचे समर्थक, हा संबंध पार करून आता तो कंसाचा आप्तही होता. जावयाचा वध होताच तो चवताळला. मुक्तीच्या आनंदात खुळावलेल्या मथुरेवर प्रचंड शक्तिनिशी त्याने आक्रमण केले. या आक्रमणाचा सामना करण्यास मथुरावासी जनता मानसिकरीत्या तयार नव्हती. कंसवधाच्या आनंदास ओहोटी लागलेली नसताना, जरासंधाच्या प्रहाराने मथुरा हादरली. भयव्याप्त नगरजन सैरावैरा पळू लागले. त्यांना सुग्रथित करून आणीबाणीचा सामना करण्यास तयार करणे, हे कृष्णाचे कर्तव्य ठरले. उग्रसेनाच्या नेतृत्वाखाली जरासंधाच्या आक्रमणाचा विरोध करण्याची गरज होती. समर्थ कंसास धराशायी करणाऱ्या कृष्ण-बलरामात दैवी शक्ती आहे, असे सारे समजत होते. म्हणून कृष्णाच्या इच्छेस मान देऊन ते जरासंधाचा सामना करण्यास सिद्ध झाले. कृष्ण-

बलरामाची साथ असल्याने रंगात आलेले सैन्य जरासंधास सीमेपार ढकलण्यात यशस्वी झाले.

कृष्ण-बलरामात दैवी शक्ती आहे, ही मथुरावासी जनतेच्या मनातील भावना, जरासंधासारख्या बलाढ्य राजावरील विजयाने दृढ केली; पण जरासंधाचा अहंकार जाज्वल्य! पराजयाने त्या अहंकारास डिवचले. जरासंधाने दुप्पट शक्तिनिशी मथुरेवर पुन्हा आक्रमण केले. प्रजेचा गोंधळ उडवणारे! त्यांना पुन्हा जरासंधाच्या आक्रमणाची अपेक्षा नसल्याने दुर्गाचे दरवाजे बंद करण्यात आले.

या आक्रमणाचा सामना करण्यातही कृष्ण-बलराम यशस्वी झाले; पण या विजयाची मोठी किंमत चुकवावी लागली. राजकोषातील अमाप सुवर्णमुद्रा खर्ची पडल्या. दीर्घ काळ दुर्गाच्या सर्व दिशांना जरासंधाचा वेढा असल्याने अन्नाचा तुटवडा निर्माण झाला. जीवनाच्या प्राथमिक गरजा भागवणेही कठीण झाले. ही परिस्थिती वारंवार सहन होणारी नव्हती. पराक्रमी वाघ पराभवाची वेदना फार काळ सहन करत नाही, हे साऱ्यांना कळून चुकले. पराभवाने डिवचलेला जरासंध शक्य तितक्या लवकर बळ एकवटून पुन्हा चढाई करील हे भय पुरजनांना अस्वस्थ करत होते. या समस्येचे निवारण त्यांना सापडत नव्हते. म्हणून सारे गोंधळले होते.

गंभीरपणे समस्येचा वेध घेता जाणवले की, जरासंधाचे यादव कुळाशी वैर नव्हते. म्हणजे मथुरेच्या प्रजाजनांवर आक्रमण करण्याची त्याला मुळीच गरज नाही. त्याचा राग होता तो कृष्ण-बलरामावर. विशेषतः त्याच्या मुलींवर वैधव्य लादणाऱ्या कृष्णावर! या गोपालाचा वधच तो क्रोध शमवू शकणार आहे, हे समस्त यादव समाजास जाणवले. जरासंधाच्या आक्रमणांनी मथुरा खिळखिळी झाली होती. आनंद, उत्साह, उमेद, संगीत, नृत्य, स्तुतिगान... सुखद गोष्टींचे अस्तित्व नुरले होते. सुखद संगीताच्या ठिकाणी शस्त्रांचा खणखणाट, हत्ती-घोड्यांचे खिंकाळणे आणि जखमी वीरांचे विव्हळणे आसमंतात भरून होते. वातावरण भयव्याप्त करणारे! यादव स्त्रियांना जरासंध केव्हाही आपले सौभाग्य लुटून नेईल ही शक्यता निवांत श्वास घेऊ देत नव्हती.

हे सारे कमी होते तर जरासंधाच्या नव्या विपरीत कृतीने परिस्थिती अधिकच बिकट करून सोडली. त्याने मथुरेच्या पश्चिम दिशेवर आक्रमण करण्याची वेगळी व्यवस्था केली. त्यासाठी त्याने सिंधू पलीकडील प्रदेशाच्या कालयवनास भरीस घातले. आगीतून फुफाट्यात पडण्याची परिस्थिती निर्माण झाली. कंसवध झाला नसता तर बरे झाले असते, असे वाटायला लावणारी! मथुरेच्या पूर्व आणि पश्चिम दोन्ही दिशांस शत्रू ठाकला होता. दुर्गामध्ये कैद झाल्यागत जीवन कंठणाऱ्या प्रजेस, या समस्येचे सुखद समाधान सापडेना.

यादवांच्या वेगवेगळ्या समूहांनी आपसांत चर्चा केली. सर्व चर्चांचा सूर एकच

होता - जरासंधाचा सामना आता अशक्य आहे. आजवर मथुरेने कसाबसा विजय मिळवला; पण तो हंगामीचा ठरला. समस्येचे निराकरण करू शकला नाही. जरासंधाचा सामना कसाबसा जमत असताना, दुसऱ्या दिशेने कालयवनाच्या आक्रमणाची तलवार कोसळणार होती. दोघांच्या अडकित्त्यात मथुरेची सुपारी भरडली जाणे भयप्रद होते - नव्हे विनाशास निमंत्रण होते. कृष्णाने मथुरेस कंसाच्या पकडीतून मुक्त केले, हे खरे आहे. मथुरेत कृष्ण नसला - कृष्णाने मथुरेचा त्याग केला जर प्रजाजनांना जरासंधाचे भय ग्रासणार नाही असे सर्वांना वाटत होते. कृष्ण मथुरेत नसला, तर जरासंधाची दृष्टी कृष्णशोध सुरू करील आणि मथुरा त्याच्या भयातून मुक्त होईल अशी साऱ्यांची अटकळ होती.

समस्येचे हे निराकरण अक्रूर, उग्रसेनासह सर्व यादवांना तर्कसंगत वाटत आहे, हेही कृष्णास कळले; पण तरी तो विचलित झाला नाही. विकद्रू नावाच्या ज्येष्ठ यादवाने यादवसभेत सर्वांचा विचार ओठी आणताना कृष्णास सांगितले, ''हे कृष्णा! यादववंश सर्वनाशाच्या टोकावर उभा आहे. तुझे तेज आणि प्रतिभा पचवण्याची शक्ती यादवांत नाही. तू एकटा जरासंधाचा सामना करण्यास समर्थ आहेस; पण मथुरेची शस्त्रसाधने आता संपल्यात जमा आहेत. ही दुर्बल नगरी आता एकाही दिवसाचे आक्रमण सहन करू शकणार नाही. दुर्गाची तोरणे आणि बुरुज भग्न झाले आहेत. शस्त्रसरंजाम संपुष्टात आला आहे. अन्नधान्याची व्यवस्था उरलेली नाही. कंस महाबलशाली होता. त्याचा दबदबा असल्याने प्रजेस बाहेरील शत्रूंपासून आपसूक संरक्षण मिळत असे; त्यामुळे प्रजेस स्वसंरक्षणाची सवय नाही. कंसाचे बळ अचानक दूर झाल्याने आणि गणतंत्राचा नव्याने उदय होत असल्याने, वारंवार शत्रूशी लढा सहन व्हावा, अशी शक्ती अजून प्राप्त झालेली नाही. उरले आहे ते सैन्यही नाश पावले तर गणतंत्र आणि प्रजेचा अंत ठरलेला आहे, हे तू जाणतोस. तुला हेही ठाऊक आहे की, व्यक्तिशः मथुरेशी जरासंधाचे शत्रूत्व नाही. मथुरेवरील आक्रमणे तर...''

जीव वाचवण्यास मथुरा व्याकुळ बनल्याची श्रीकृष्णास जाणीव झाली.

''या स्थितीचा अंत म्हणजे...'' विकद्रूच्या त्या अपूर्ण वाक्याने साऱ्यांची मनीषा व्यक्त झाली. विकद्रूने सत्यवचन उच्चारले होते, ''जरासंधाशी युद्ध करण्यास एकटा कृष्ण समर्थ आहे.''

कृष्णाच्या मनात जरासंधाविषयी तिळमात्र भय नव्हते. केवळ मथुरेच्या प्रजेस रक्षित करण्याची इच्छा होती. नकळत कृष्णाची नजर बलरामाकडे वळली. अपेक्षेनुसार बलरामाच्या नजरेतही भयरेखा नव्हती. नजरानजर होताच दोघांची नजर ज्येष्ठ यादवांकडे वळली. साऱ्या यादवश्रेष्ठांनी मान खाली घातली होती. हे विकद्रूच्या म्हणण्यास दुजोरा देणेच होते.

सर्वांचा मनोभाव पारखून कृष्णाने मथुरेस सुरक्षित करण्याचा निर्णय घेतला. सर्वांच्या मागणीस मान देऊन त्याने जाहीर केले की, दुसऱ्या दिवशी सुप्रभाती, मथुरेचा दक्षिण दरवाजा उघडून कृष्ण-बलराम जरासंधाच्या नजरेस पडतील अशा रीतीने दक्षिणेस निघून जातील. ते पाहून जरासंध गोंधळेल. तो नव्या व्यूहरचनेचा विचार अमलात आणेतो, कृष्ण-बलराम गोमंत पर्वताशी पोहोचतील. पर्वतीय अरण्यात शत्रूच्या मनात गोंधळ निर्माण होईल, याविषयी कृष्णास खात्री वाटत होती. समग्र योजनेत कृष्णाने स्वसामर्थ्यावर श्रद्धा आणि मथुरेच्या प्रजेचा विनाश टाळण्यास महत्त्व दिले. दुसरा कोणताही विचार मनात नव्हता.

तेव्हा नव्हे पण वर्षानुवर्षे याचा त्याने विचारच केला नव्हता. हल्ली मात्र वारंवार या घटनांच्या आठवणी विविध विचार आणि प्रश्नांना जाग आणत असत. ज्या कृष्णाने मथुरेच्या प्रजेस कंसाच्या जाचातून मुक्त केले, पुनश्च यादवांचे गणतंत्र स्थापित केले, त्या कृष्णास स्वतःचा जीव वाचवण्यासाठी प्रजेने बाहेर काढणे योग्य वा क्षम्य होते?

कृष्णचित्तात हा प्रश्न हल्ली वारंवार आवर्तने जागवत होता आणि तरी तो अनुत्तरितच राहात होता.

❖

४

स्यमंतक, सत्राजित आणि सत्यभामा

कृष्णश्वासात एकाकार झालेली गोकुळ आणि मथुरा ही जीवनातील दोन महत्त्वाची स्थानके! गोकुळात काय आणि किती लाभले! उद्धवासारखा सखा आणि राधेसारखी सखी प्राप्त झाली नसती, तर कदाचित गोकुळाचा गोपालक, मथुरेच्या आततायी कंसाचा वध करण्याइतकी झेप घेऊ शकला नसता. गोकुळातील तमालवृक्ष, मोरपीस आणि गोपीसुद्धा कृष्णजीवनाचा महत्त्वाचा अंश होत्या, कालिंदीकाठी लडिवाळ विहार करणारी कासवे, किनाऱ्यावरील ताठ कदंबवृक्ष... सारे कृष्णापासून वेगळे करता येणे केवळ अशक्य होते. तरी-तरीही कृष्णजीवनात गोकुळास स्थान उरले नाही... आणि वृंदावन? किती मोहक होते वृंदावन! मथुरेच्या वास्तव्यात टोकाचा संघर्ष अवश्य होता; पण ज्येष्ठ बंधू बलराम, पिता वसुदेव, माता देवकी, कृष्णचरणी वाहून घेणारी त्रिवक्रा कुब्जा... अशी सुखद संगत होती. तरी मथुरेचा त्याग करावा लागला. खुद्द मथुरेच्या प्रजाजनांनी विनासंकोच ही आग्रही इच्छा प्रकट केली. कृष्णाने हसतमुखाने त्या इच्छेसमोर मान तुकवली. पण... गोकुळाचा वा मथुरेचा त्याग, या त्या त्या वेळी अनुचित न वाटलेल्या घटना आताशा विपरीत आणि अस्वाभाविक वाटू लागल्या होत्या!

मथुरेचा निरोप घेऊन कुशस्थळीस पोहोचल्यावर, या परिसराचा कायापालट

करून द्वारकेची निर्मिती करण्याचे कामही खूप उत्साहाने आणि जीव ओतून तर केले होते! सामान्य टेकडीसदृश परिसराचे सुवर्णनगरीत रूपांतर करणे हे आव्हानच होते. यादव अजेय व दुर्भेद्य ठरावेत, या हेतूने ते पेलले! वसुदेव, अक्रूर, उग्रसेन... वयस्कांसाठी, सात्यकी, कृतवर्मा... समवयस्कांसाठी तसेच प्रद्युम्न, सांब, अनिरुद्ध... कनिष्ठांसाठी कुशस्थळीस सुबक आणि सुचारू रूप प्रदान केले. जनकल्याणासाठी द्वारकेच्या गोमतीप्रवाहात यमुनेचे दर्शन घेण्याचे समाधान मानले. विश्वकर्माने रमणीय बनवलेल्या द्वारकेच्या मार्गावरील अशोक आणि चंपकवृक्षात कदंब-तमालवृक्षांचे दर्शन घेत मनःशांती आणि समाधान प्राप्त केले. तरी... तरी द्वारकेचा सूर्य मध्याकाशात तळपत असताना - श्रीकृष्णास स्यमंतक मण्याचा प्रसंग आठवला. सत्राजितास मिळालेला तो सूर्यप्रसाद! कोणत्याही प्रयत्नाविना सत्राजितामक्ष अपार धनाचा नजराणा धरणारा! परिश्रमाविना प्राप्त होते ते धन व्यक्तीचे नव्हे, तर समष्टीचे ठरणे हिताचे आहे, हे मत श्रीकृष्णाने व्यक्त केले. पुरुषार्थाने प्राप्त झालेल्या संपत्तीचा उपयोग वैयक्तिक सुखासाठी आणि इतर प्रकारे प्राप्त होणारी संपत्ती 'बहु जनहिताय, बहु जनसुखाय' वापरणे कल्याणप्रद असते, असे तो म्हणाला. कालिया नागाच्या वास्तव्याने दूषित झालेली जलसंपत्ती त्याने गोकुळाच्या प्रजेसाठी खुली केली, ते या विचारास प्राधान्य देऊनच! कंसवधही स्वार्थापोटी नव्हता केला! गणतंत्राची संकल्पना महान असल्याची प्रचिती करवणारा तो क्षण! त्या नैतिकतेस प्राधान्य देऊन स्यमंतक मण्याच्या संदर्भात मत मांडले होते. एखाद्या व्यक्तीस परिश्रमाविना धन मिळाले, तर त्याचा समाजावर विपरीत परिणाम होऊ शकतो आणि समाजाचे स्थैर्य धोक्यात येऊ शकते, हे स्पष्ट करूनच स्यमंतकावर समष्टीचे स्वामित्व असणे योग्य आहे, असे मत प्रतिपादित केले होते. प्रत्येक वेळी कृष्णमनात व्यक्तीपेक्षा समष्टीच्या हितास प्राधान्य देण्याचा प्रगल्भ विचार असे. तरी या मताच्या संदर्भात साधक-बाधक चर्चेस प्राधान्य दिले असूनही हितप्रद परिणाम चार हात दूर राहिला. प्रसेनजित, अक्रूर आदी ज्येष्ठ यादवांचा सत्राजितास पाठिंबा! ज्याच्या हितासाठी श्रीकृष्णाने स्यमंतकावर समष्टीचे स्वामित्व सुचवले, त्या समाजाची या विचारामुळे अनेक शकले होण्याची शक्यता दिसताच त्याने तो विचार मनाबाहेर ढकलला. तरीही नंतरचे उत्पात अत्यंत अनपेक्षित नि मनास इंगळ्या डसाव्यात तसे वेदनादायी होते. सत्राजिताचा मृत्यू होताच अक्रूरांनी त्या मण्याचा कब्जा घेतला. अर्थात हे श्रीकृष्णास ठाऊक नव्हते. सत्राजिताच्या अनपेक्षित मृत्यूचे गूढ उकलण्यासाठी त्याने कंबर कसली. सत्राजिताचा मृत्यू आणि स्यमंतकाचे नाहीसे होणे त्याला नवलप्रदच नव्हे, तर चिंताप्रदही वाटले. म्हणून बलरामाच्या मदतीने तो उभय घटनांचा शोध घेण्याचा प्रयास करत होता.

सत्राजितकन्या राणी सत्यभामा या मृत्यूने अतीव दुःखी होणे स्वाभाविक होते.

त्यात तेव्हाच स्यमंतक नाहीसा होण्याची भर! मण्याच्या लालसेने सत्राजिताची हत्या झाली असावी, हा साधा सरळ तर्क! आणि यादवसभेत तो व्यक्तही झाला. श्रीकृष्णाच्या शोधकार्यास यश मिळत नसल्याने, वातावरण गढूळ झाले असताना, राणी सत्यभामेने विचारपूस हाती घेतली.

''नाथ, कुणाचा मृत्यू ही अनोखी घटना नसते, याची मला जाणीव आहे; पण ज्या कृष्णाच्या प्रतापाने यादवसभा विराट बनली, त्या यादवसभेत एका अमोल रत्नाची चोरी होते. स्वतः श्रीकृष्ण प्रयत्न करत असून चोर सापडत नाही, ही घटना अनोखी वा अपूर्व नाही का?''

पत्नीच्या म्हणण्याचा रोख श्रीकृष्णास कळला. तिचे म्हणणे चुकीचे वाटले नाही. आपल्या पित्याची हत्या करणाऱ्या पापी व्यक्तीस योग्य वेळी योग्य शिक्षा व्हावी, असे तिला वाटणे स्वाभाविक होते; पण पराकाष्ठेचा प्रयत्न निष्फळ ठरत होता. अपराध्याचा सुगावा लागत नव्हता. सत्राजिताचा मृत्यू आणि स्यमंतकाचे नाहीसे होणे याचा संबंध काही काळापूर्वी, श्रीकृष्णाने मांडलेल्या सूचनेशी जोडला जाऊ लागला होता. सत्राजिताने हा मणी समष्टीस सोपवावा, असे त्याने स्पष्ट शब्दांत सांगितले होते. सत्राजिताने ते मान्य केले नव्हते. हे यादवसभेतच घडल्याने, ती गुपित घटना नव्हती. स्यमंतकावर सत्राजिताचे स्वामित्व असण्यास श्रीकृष्णाचा विरोध आहे, हे सारे जाणून होते. मग या दोन घटनांचा संबंध श्रीकृष्णाशी जोडला जाऊ लागला. यादवांच्या विशिष्ट समूहात हे चौर्यकर्म कृष्णाचे असण्याबाबत खात्रीच्या कक्षेची शंका व्यक्त होऊ लागली होती.

श्रीकृष्णास हे कळत नव्हते, असे नव्हे. शंकेचे निर्मूलन करण्यासाठी, ज्येष्ठ भ्राता बलरामाच्या मदतीने तो अपार प्रयत्न करतच होता. पळून गेलेल्या प्रसेनजिताचा माग काढत दोन भावांचे अरण्यात जाणे, हा त्या प्रयत्नाचा भाग होता; पण कृष्ण-बलराम रथारूढ होऊन आपला माग घेत असल्याचे कळताच, प्रसेनजिताने रथत्याग केला. तो गाढ वनात शिरला. विरथ आणि निःशस्त्र! अशा रानोमाळ भटकणाऱ्या अपराध्यास पकडण्यासाठी शस्त्र आणि रथाची मदत घेणे, धर्म्य नाही. म्हणून श्रीकृष्णही रथातून उतरला. धर्म आणि न्यायाची तुला संतुलित ठेवण्याचा नैतिक आग्रह धरून श्रीकृष्ण बलरामास म्हणाला, ''दादा, प्रसेनजितास कैद करण्यास तुम्ही देह कष्टवू नका. रथासह इथे माझी प्रतीक्षा करा. त्या दुरात्म्याकडून मणी परत मिळवून, त्यास दंड देण्याचे काम मी करतो.''

श्रीकृष्णाचा विचार बलरामास धर्म्य वाटला. त्याने होकार देताच, कृष्ण प्रसेनजिताचा शोध घेण्यास वनात शिरला. त्याने अरण्याच्या गाढ भागात प्रवेश केला आणि प्रसेनजिताचे प्रेत त्याच्या नजरेस पडले. कुणी आधीच प्रसेनजितास त्याच्या दुष्कृत्याची शिक्षा फरमावलेली पाहून, श्रीकृष्ण परतला आणि त्याने ज्येष्ठ

बंधूस या निष्फळ प्रयत्नांचा साद्यंत वृत्तान्त कथन केला. बलरामाने धाकट्या भावाकडे रोखून बघितले आणि थंड स्वरात कृष्णास म्हणाला, "हे कसे शक्य आहे? प्रसेनजिताकडे असलेला स्यमंतक, तू स्वतःच्या कब्जात तर घेतला नाहीस?"

"तुम्ही हे काय विचारता दादा?" प्रश्न ऐकून स्तब्ध झालेल्या श्रीकृष्णाच्या तोंडून प्रश्न निसटला. क्षणभर त्याला साऱ्या दिशा एकाकार होऊन गर्रकन फिरल्याचा भास झाला. हवेचे वहन थांबल्यागत गुदमरही दाटला. तरी खोल मनातून त्याने विचारले, "दादा... तुम्ही माझ्यावर... माझ्यावर संशय घेताय तुम्ही?"

"शंका घेण्याजोगी परिस्थिती नाही का?" बलराम गरजला. "ते रत्न तू सत्राजिताकडे मागितले होतेस. सत्राजिताचा गूढ मृत्यू आणि स्यमंतकाचे नाहीसे होणे, या दोन घटना समस्त यादवकुळास तुझ्याकडे हस्तनिर्देश करायला लावत आहेत."

"मी सत्य सांगतो दादा, सत्राजिताचे मरण आणि स्यमंतकाचे नाहीसे होणे या घटना मलासुद्धा गोंधळात टाकत आहेत." पण बलरामाने कृष्णावर विश्वास ठेवला नाही. क्रोध अनावर होऊन बलराम ओरडला, "कृष्णा, परस्परांत विश्वास नसलेल्या यादवसभेचा मी अंश बनू शकत नाही. स्यमंतकाच्या समस्येचे निवारण होईतो, मी द्वारकेस परतणार नाही, हा माझा निश्चय आहे."

तो निघून गेला! विवश आणि क्षुब्ध अवस्था श्रीकृष्णास अवाक् करत होती. तो द्वारकेस परतला, तोवर बलरामाच्या द्वारकात्यागाच्या घटनेचा समाजात ऊहापोह सुरू झाला होता. ज्येष्ठ भ्राता बलरामाने, श्रीकृष्ण दोषी असण्याचा संकेत दिला तर इतरांचे काय? दहा तोंडानी चर्चा भरास आली.

यादवसभा संपवून श्रीकृष्णाने प्रासादात प्रवेश केला, तेव्हा संशयाच्या सावल्या त्याच्या प्रासादास ग्रासू लागल्या होत्या. गूढ बोजा श्रीकृष्णाच्या अस्तित्वाचा घास घेत होता. अशा विपरीत अवस्थेत तो राणी सत्यभामेच्या अंतःपुरात पोहोचला.

"स्वामी, ज्येष्ठ भ्राता बलरामांनी द्वारकात्याग केल्याचे ऐकले. प्रसेनजित यादवाचा पाठलाग करताना, स्वामींनी वडीलबंधूस बाजूस सारले. एकट्यांनी पुढे जाण्याचा निर्णय का घेतला, स्वामी?"

"होय, देवी! तेच धर्म्य होते. रथारूढ सशस्त्र वीराने विरथ आणि निःशस्त्र प्रसेनजिताचा पाठलाग करणे निषिद्ध होते." श्रीकृष्ण उत्तरला.

"पण दादांनी तुमचा आणि द्वारकेचा त्याग का केला?"

"तुम्ही कारणही ऐकले आहे, देवी!" कृष्णस्वरात निखळ विषाद होता. तरी त्याचे मुख काळवंडले मात्र नव्हते. त्यावर त्रिलोकव्यापी करुण स्मित तरळत होते.

सत्यभामेस चकित करणारे!

"खरे सांगा नाथ!" राणी सत्यभामेची मुद्रा गंभीर बनली. "सत्राजित माझे पिता! ज्या मण्यापायी यादव तुमच्याकडे संशयाने बघत आहेत, त्या रत्नावर पिताश्रींच्या पश्चात माझा अधिकार! तुम्हाला त्या मण्याविषयी इतके प्रेम वाटत असेल, तर मी तो मणी तुमच्या चरणी धरण्यात कसर सोडणार नाही; पण स्वामी मला सत्य जाणून घ्यायचे आहे." समस्त अस्तित्व अंतरिक्षात विलीन होत असल्यागत श्रीकृष्णास अगतिकता घेरत होती! राहू-केतू आकाशात सापडत नव्हते. सूर्य-चंद्राला ग्रहणकाल ग्रासत असल्याची जाणीव तेजोहरण करणारी भासली त्याला.

"तुमचा... तुमचाही माझ्यावर संशय आहे? देवी," त्याच्या तोंडून प्रश्न निसटला.

"तुम्ही मला सदैव अनाकलनीय, गूढ वाटत आला आहात स्वामी! माझे हृदय प्रश्नपीडित असेल तर मी तुमच्याशिवाय कुणापाशी निराकरण मागू?" सत्यभामेच्या कंठात आवंढा अडकला. तिने मान फिरवली.

श्रीकृष्ण काही बोलला नाही. पत्नीने संशय घेतल्यामुळे त्याचे अंतःकरण विदीर्ण झाले. यादवसभेत सर्वांनी संशय व्यक्त करून कालवा केला तरी त्याने तो धीरगंभीरपणे पचवला होता, ज्येष्ठ बंधू बलरामाने केलेला आरोप दुखावत असताना, त्यात पत्नीचे मानस कळल्याने अपार वेदना वाढली. साक्षात कृष्णही क्षुब्ध होण्याजोगी! पण - पण तरी क्षुब्ध होण्याची चैन श्रीकृष्णास परवडणार नाही, याची त्याने जाण ठेवली. शतकानुशतके ताठ असलेल्या पर्वतास अचानक कोसळणाऱ्या विजेची तेजरेषा हतप्रभ करते. तरी क्षणार्धात पर्वत पुनश्च ताठ असल्याचे दिसून येते. तसेच झाले श्रीकृष्णाचे! वस्त्रावर पडलेल्या वाळूस झटकावे तशी प्रहाराची वेदना झटकण्याचा त्याचा प्रयत्न यशस्वी झाला. समस्येचे सुखद निराकरण एकच! स्यमंतक चोरणाऱ्यास आकाशपाताळ एक करून शोधणे! आणि ते करण्यात श्रीकृष्णास यश लाभले. अक्रूरांच्या प्रासादातून उसळणाऱ्या यज्ञज्वाळा श्रीकृष्णास दिशासूचन करत्या झाल्या. हा महायज्ञ अपार धनराशींविना अशक्य! स्यमंतकाचा स्वामीच हे करू शकणार, हा तर्क सहज कृष्णमनात डोकावला. स्यमंतक मणी दररोज स्वामीस आठ सुवर्णमुद्रा प्रदान करत असे. अक्रूरांच्या अंगणातील महायज्ञांच्या ज्वाळांनी श्रीकृष्णास चौर्यकर्म पकडण्यात मदत केली.

श्रीकृष्णासमक्ष सत्याचा अस्वीकार करण्याचे साहस अक्रूरांनी केले नाही. त्यांनी स्यमंतक मणी कसा मिळवला, ती समग्र घटना विशद केली. अक्रूरांकडून स्यमंतक मिळाल्याने कृष्णासमोरच्या समस्येचे स्वरूप बदलले, इतकेच. समस्येचे निकारण दूरच राहिले. हे चौर्यकर्म यादवसभेत जाहीरपणे कबूल करून घेणेही

समस्यामूलक ठरणार होते. जीवनाच्या उत्तरार्धात अक्रूरांस लज्जास्पद परिस्थितीस सामोरे जावे लागणे, श्रीकृष्णास पसंत नव्हते आणि चोर रुजू केल्याविना पत्नी तसेच ज्येष्ठ बंधूने केलेल्या आरोपाचे खंडन होणार नव्हते. म्हणून श्रीकृष्णाने चातुर्य पणास लावून मध्यम मार्ग काढला. कारण... अक्रूरांचा मानभंग झाला आणि प्रश्न संपला असा हा सीमित परिणाम नव्हता. यादवांच्या आगामी पिढ्यांवर या घटनेचे प्रत्यघात पडणार होते. श्रीकृष्णास ते जाणवले. लहान-थोरांसमक्ष अक्रूर अपमानित होणे, म्हणजे ज्येष्ठ पिढी आणि वर्तमान पिढी यांच्यातील मर्यादेचा लोप! हे श्रीकृष्णास प्रकर्षाने जाणवले. अक्रूर कसेही असले तरी त्यांचे बोट धरूनच कृष्ण-बलरामाने मथुराप्रवेश केला. कंसाचा वध कृष्णाने केला असला तरी त्यातले अक्रूरांचे परोक्ष योगदान श्रीकृष्ण विसरू शकत नव्हता. म्हणून स्यमंतक मणी यादवसभेत रुजू होऊन त्याचे स्वामित्व राजा उग्रसेनास देण्यात येईल, तेव्हा द्वारकेचा निरोप घेऊन अक्रूर मथुरेच्या वाटेस लागलेले असतील, अशी त्याने व्यवस्था केली.

❖

५

तर नाश होवो तव वृष्णीवंश

कृष्णप्रासादाशी पोहोचलेला सूर्य, उसंत घ्यायला मध्याकाशात किंचित थबकला. पहाटेपासून दिनचर्येत व्यग्र आणि व्यस्त असलेली द्वारकानगरी, थोडीशी निवांत झाली होती. काही महालांच्या प्रांगणात मध्यान्हवेदीच्या धूम्ररेषा आकाशगामी होत होत्या. द्वारकानगरीचे मानस जाणून घेण्यासाठी जणू सूर्यकिरणे कृष्णप्रासादावर प्रतिबिंबित झाली होती. भोजनानंतर श्रीकृष्ण वामकुक्षीसाठी मंचकावर पहुडला होता. तरी त्याचे कान आवाजाचा वेध घेण्याइतके सतर्क अवश्य होते. त्यास शयनकक्षाच्या दरवाजाशी दबक्या पावलांची चाहूल लागली. डोळे उघडून त्याने आवाजाच्या दिशेला बघितले. दरवाजात द्वारपाल उभा होता. या वेळी त्याचे येणे अपेक्षित नव्हते. शिवाय त्याच्या मुखावर गोंधळ आणि घाईची प्रचिती करवणारे टपोरे धर्मबिंदू उमटले होते. ते पाहून श्रीकृष्णाच्या नजरेत प्रश्न दाटला.

"श्रीकृष्णाचा विजय असो," मस्तक झुकवून द्वारपाल हळूच म्हणाला.

"अचानक येण्याजोगे काय घडले? कुणाचा निरोप आहे?" श्रीकृष्णाने विचारले.

"यदुनंदन," नजर झुकवून द्वारपालाने माहिती दिली. "देवर्षी नारदांचे आगमन झाले आहे."

"नारद?" श्रीकृष्ण ताडकन उठला. "आत्ता? अचानक? त्यांना सत्वर

अतिथिगृहात नेण्याची व्यवस्था करा. मी तिथे येतोच.''

श्रीकृष्ण अतिथिगृहाशी पोहोचला, तेव्हा देवर्षी नारद अतिथिगृहाच्या पायऱ्या चढत होते. संगमरवरी पायदंड्यांवर त्यांच्या खडावांचा आवाज अलौकिक वाटत होता. त्या ध्वनीत सुरेलपणे मिसळला होता त्यांचा नेहमीचा सुस्वर! 'नारायण! नारायण!!!'

''सुस्वागतम देवा!'' समीप जाऊन श्रीकृष्ण नारदचरणी झुकला. ''आपल्या आगमनाने यादवसमाज तसेच द्वारकानगरी धन्य झाली. खूप काळानंतर आपले स्वागत करण्याचे सौभाग्य प्राप्त झाले आहे!''

''कल्याणमस्तु!'' उजवा हात लांबवून नारद गंभीर स्वरात म्हणाले.

''यादवकुळांत सारे कुशल आहेत ना? पिता वसुदेव, माता देवकी, गणाधिपती उग्रसेन सारे बरे आहेत ना?''

''आपल्या आशीर्वादाने सारे क्षेमकुशल आहे, महर्षी,'' समीप असलेल्या रुक्मिणीच्या हातातून जलपात्र घेऊन श्रीकृष्ण उत्तरला. त्याने आदराने नारदांचे पादप्रक्षालन केले. कक्षाच्या मधोमध ठेवलेल्या चौरंगावर त्याने मृगचर्म अंथरले आणि नारदास आसन ग्रहण करण्याची विनंती केली. नारद बसल्यानंतर श्रीकृष्ण त्यांच्या सन्मुख जमिनीवर बसला.

नारदांचे आगमन अनपेक्षित होते. ते त्रिलोक परिव्राजक! त्यांच्या आगमनाची तिथी कधी निश्चित नसे. तरी आगमनकालाचा अंदाज बांधता येत असे. त्या दृष्टीनेही हे आगमन अनपेक्षित होते. तरी ते परिव्राजक असल्याने, श्रीकृष्णास नवलही वाटले नाही. त्याने आतिथ्याचे प्राथमिक विधी यथासांग पार पाडले. मग आगमनाचे प्रयोजन विचारले.

''प्रयोजन केवळ कृष्णदर्शन!'' किंचित हसत नारद उत्तरले. ''कुरुक्षेत्राच्या महासंग्रमानंतर कृष्णाने द्वारकेतच राहण्याचा निश्चय केला आहे असा दाट संशय यावा, इतके आताशा आर्यावर्तातील इतर प्रदेश कृष्णदर्शनापासून वंचित राहिले आहेत. हे खरे आहे का?''

नारदाच्या भेदक प्रश्नाने श्रीकृष्णास वस्तुस्थितीची जाणीव करवून दिली. कुरुक्षेत्राचा महासंग्राम संपल्यावर उत्तरेच्या मृत बालकास - परीक्षितास - पुनर्जीवन देऊन कृष्ण द्वारकेस परतल्याची घटना खूप वर्षे जुनी झाल्याचे आठवले. पाठोपाठ माता गांधारीने दिलेला शाप आणि नंतरच्या घटनाही आठवल्या.

पांडवांना विजयश्री अर्पण करून कुरुक्षेत्राचा महासंग्राम संपला. दुर्योधनाचा ऊरुघात करण्याचे धर्मनिषिद्ध कृत्य करून भीमाने युद्धावर विजयाची मोहोर उमटवली. आता महाराज धृतराष्ट्र आणि महाराणी गांधारी यांना पांडवांच्या विजयाची

ही वार्ता कशी सांगावी असा प्रश्न पडला. अंध माता-पित्यांना पुत्राच्या मृत्यूची बातमी सांगण्याचे सामर्थ्य युधिष्ठिरासारख्या धीरगंभीर पुरुषातही नव्हते. भेदरलेल्या, भेट घेण्यास बिचकणाऱ्या युधिष्ठिराकडे श्रीकृष्णानी केवळ साक्षी भावनेने बघितले होते.

कुरुक्षेत्राचा संग्राम होऊ नये आणि आर्यकुळांनी परस्परांशी लढून आत्महत्येसदृश स्थिती निर्माण करू नये, यासाठी प्रयत्न करण्यात श्रीकृष्णाने कसर सोडली नव्हती. द्रुपदाच्या राजपुरोहिताने व धृतराष्ट्रसेवक संजयाने केलेले काम करण्यात - दूत बनून विष्टिकार्य करण्यात त्यांनी लज्जा अनुभवली नव्हती. इंद्रप्रस्थ न देता कोणतीही पाच गावे दिली तरी युद्ध न करण्याचे वचन श्रीकृष्णाने पांडवांकडून घेतले होते. प्रिय सखी द्रौपदीच्या प्रतिशोधाच्या ज्वालेशी परिचय असूनही! कारण युद्धनिवारणाचा विचार क्षणभर त्यालाही योग्य वाटला होता. त्यासाठी त्याला प्रिय सखी द्रौपदीचे सांत्वन करावे लागले होते. ज्या आततायींनी तिच्या मर्यादेचा लोप करून नीच कृत्य केले, त्यांच्या रक्ताने ही भूमी रंगेल आणि विपरीत घटना घडत असताना ज्या स्त्रिया तिला हसल्या, त्या वैधव्याच्या दुःखाने रडतील, याची खात्री तिला द्यावी लागली होती.

द्रौपदीची कृष्णावर अपार श्रद्धा! तरी ती श्रद्धा पणास लावून त्याने शांतता विकत घेण्याचा प्रयास केला. या युद्धात विजय प्राप्त करण्यासाठी दुर्योधनाची केवळ कर्णावर मदार! कौरवांच्या सेनेतील भीष्म आणि द्रोण हे अतिसमर्थ योद्धे, पांडवांवर अपार प्रेम करत असल्याचे दुर्योधन जाणून होता. रणरंगात न्हाऊन निघण्यासाठी योद्ध्याच्या मनात वैराग्नी प्रज्वलित व्हावा लागतो. या ज्येष्ठ योद्ध्यांत त्याचा पूर्णतया अभाव! केवळ कर्णाच्या मनात प्रचंड वैराग्नी धगधगत होता. कर्णाने कौरवांना विरोध केला, तर दुर्योधनाची युद्धेच्छा शिथिल होण्याची शक्यता होती. म्हणून कर्णाची समजूत काढताना श्रीकृष्णाने जणू सारे कृष्णपण पणास लावले होते.

"कर्णा, तू सूतपूत्र नसून कुंतीपुत्र आहेस," कर्णाच्या मनास हादरा देत श्रीकृष्णाने सांगितले होते. "पाच पांडवांचा तू ज्येष्ठ भ्राता! तू पांडवांच्या पक्षात आलास तर द्रौपदी पाच पांडवांची पत्नी आहे तशी ती पांडवांच्या ज्येष्ठ भ्रात्याचीही पत्नी होईल."

वास्तविक हे वाक्य उच्चारताना कृष्णमनास प्रचंड यातना झाल्या. कर्ण या आमिषास भुलला असता तर कृष्णाने द्रौपदीचा द्रोह केला, असे झाले असते; पण श्रीकृष्णाने विशिष्ट व्यक्तीच्या हिताचा विचार कधीच केला नव्हता. कृष्णजीवन समग्रतेने समष्टीच्या हितार्थ होते. म्हणून तो स्वतः कौरवसभेत खड्या स्वरात म्हणाला होता, "कुटुंबासाठी व्यक्तीचा त्याग, जनपदासाठी कुटुंबाचा त्याग,

राज्यासाठी जनपदाचा त्याग नि गरज पडल्यास आत्मार्थासाठी समग्रतेचा त्याग करणे हा कल्याणमार्ग आहे.'' या विचारास अनुलक्षून श्रीकृष्णाने कीर्ती आणि कृष्णत्व पणास लावून, युद्ध टाळण्यासाठी लांछन ठरेल असा प्रयासही केला होता.

युद्धाचा शेवट वा परिणाम कृष्णासाठी अनपेक्षित नव्हता. या युद्धात माता गांधारीचीच नव्हे, तर कुंती, द्रौपदी आणि सुभद्रेची कूस उजाड होणार होती. द्रष्ट्या श्रीकृष्णास हे भवितव्य स्पष्ट दिसत होते. म्हणून महायुद्ध नकोसे वाटून त्याने त्यासाठी टोकाचे प्रयत्न केले. कुरुसभेत दुर्योधनाने त्याला कारागृहात ढकलावे, इतपत रोष ओढवून घेतला होता. अर्थात श्रीकृष्णाला सात्यकीसारख्या विचक्षण आणि सतर्क साथीदाराची सोबत होती. त्याने दुर्योधनाचे कारस्थान फलीभूत होऊ दिले नाही, ते वेगळे! तरी श्रीकृष्णाने येनकेन प्रकारेण, मानवसंहार टाळण्यासाठी शेवटचा प्रयत्न म्हणून कुरुसभेनंतर कर्णभेट घेतली होती.

युद्ध अटळ बनल्याने, यादवकुळात युद्ध आणि त्याच्या कारणांच्या संदर्भात प्रचंड वादंग माजला. ज्येष्ठ भ्राता बलरामास, या युद्धात कौरवपक्षाकडे न्याय आणि धर्माचे पारडे झुकते आहे, असे वाटत होते. त्याचा विचार बऱ्याच ज्येष्ठ यादवांना पटत होता. यादव समाजातील दोन कन्या विवाहामुळे कौरव आणि पांडव कुटुंबांत गेल्या होत्या. पांडुपुत्र अर्जुन आणि दुर्योधनपुत्र लक्ष्मण यादवांचे जावई होते. बलरामकन्येचा विवाह लक्ष्मणाशी झाला होता. म्हणजे यादवांना दोन्ही पक्ष समान ठरवणे भाग होते. कृतवर्मा, भूरिश्रवा वगैरे यादव योद्ध्यांचे बलरामाच्या मतास अनुमोदन होते.

रक्ताचा थेंबही सांडण्यापूर्वी, या महायुद्धाच्या योजनेने यादवकुलाच्या ऐक्यावर घाव घातला होता. श्रीकृष्णाच्या विचक्षण दृष्टीस सारे समग्रतेने दिसत होते. त्याने सदैव धर्माची बाजू घेतली होती. धर्माची विभावना त्याने अंकित केली होती, ती पांडवपक्षाचे पारडे धर्माच्या बाबतीत वजनदार ठरवत होती. या युद्धात शस्त्र हाती घेणे हे बलरामाच्या विरोधात उभे राहणे ठरणार होते. राजा शंतनुचे वंशज परस्परांवर शस्त्र उगारून एकमेकांच्या विरोधात उभे ठाकले, तसे वृष्णीवंशीयांनी करू नये, असे त्याला वाटत होते. म्हणून ते टाळण्यासाठी दूतकर्माच्या पल्याड असलेल्या महत्त्वाच्या समस्येचे निराकरणही त्यालाच करायचे होते.

त्या संदर्भात सर्व अंगांनी विचार करून त्याने महत्त्वाचा निर्णय घेतला. काही झाले तरी सशस्त्र यादवासमक्ष सशस्त्र यादव येऊ द्यायचा नाही. त्याने चातुर्याने या निर्णयास पोषक ठरणारी परिस्थिती निर्माण केली. युद्धापूर्वी क्षत्रिय धर्मानुसार मदत मागण्यासाठी आलेल्या दोन्ही व्याहीपक्षांचे यथायोग्य आदरातिथ्य करून, अर्जून आणि दुर्योधनासमोर त्याने एकाच वेळी दोन पर्याय ठेवले. ''तुम्ही दोघे माझे

आप्त!'' श्रीकृष्ण गंभीर स्वरात म्हणाला. ''धर्माचा विचार करता, यादवकुळाची दोघांच्या पक्षास मदत करण्याची नैतिक जबाबदारी आहे; पण...''

''पण काय?'' अर्जुन आणि दुर्योधनाच्या तोंडून एकाच वेळी प्रश्न निसटला.

''हे युद्ध निवारण्यासाठी मी शक्य तितके प्रयत्न केल्याचे तुम्ही जाणताच. माझा युद्धास विरोध आहे. म्हणून या युद्धात मी शस्त्र धारण न करण्याची प्रतिज्ञा केली आहे.''

''हे तुम्ही काय सांगता आहात?'' या वेळी एकट्या अर्जुनाच्या मुखातून नवल निसटले. अर्जुनाचा प्रश्न ऐकलाच नसावा, अशा रीतीने श्रीकृष्ण बोलत राहिला.

''यादवांच्या शक्तीचे मी दोन भागांत विभाजन करतो. एक भाग आहे, शस्त्र सामर्थ्यानिशी लढणाऱ्या यादवसेनेचा! दुसऱ्या भागात केवळ मी! निःशस्त्र राहून मदत करणारा! दूतकर्म, सुतकर्म वा तत्सम कोणतेही काम करण्यास तयार असलेला; पण शस्त्र धारण करून हिंसा न करण्यास वचनबद्ध असलेला!'' हे सारे स्पष्ट सांगून त्याने कळीचा प्रश्न विचारला, ''आता निवड तुम्ही करायची! वयाने अर्जुन लहान असल्याने, निवडीचा हक्क त्याला देणे मी धर्म्य ठरवतो.''

अर्जुनाने निःशस्त्र श्रीकृष्णाची निवड केली आणि अठरा दिवसांच्या महायुद्धात त्याने अर्जुनाचे सारथ्य केले. अर्जुनाने केलेली निवड दुर्योधनाच्या पथ्यावर पडली. त्याला निःशस्त्र श्रीकृष्णाहून सशस्त्र सेनेचे अधिक आकर्षण होते. ते मिळाल्याने, ज्येष्ठ असल्याने निवडीचा हक्क मिळाला नाही याचे वाईट वाटले होते तो दुर्योधनाचा खेद आपोआप निवळला आणि त्याच्याही मनाप्रमाणे झाले.

श्रीकृष्णाव्यतिरिक्त सात्यकी पांडवपक्षात होता. तो अर्जुनाचा शिष्य! म्हणून त्याने अर्जुनाच्या पक्षात असण्याचा आग्रह धरला. बाकी यादवसेना विनाविरोध कौरवांच्या पक्षात सामील झाली. यादवाने यादवावर शस्त्र उगारू नये ही कृष्णेच्छा अशा रीतीने पूर्ण झाल्यात जमा होती. ज्येष्ठ भ्राता बलरामाच्या इच्छेनुसार सेना कौरवांच्या पक्षात गेली. श्रीकृष्णाचे निःशस्त्र असणे बलरामास किंचित समाधान देणारे ठरले तरी युद्धापासून विमुख राहणे पसंत करून तो तीर्थाटनास निघून गेला. सारी योजकता पणास लावून श्रीकृष्णाने इथवर उत्तम घाट जुळवून आणला. तरी तो पिता धृतराष्ट्र आणि माता गांधारीच्या भेटीस गेला तेव्हा काय झाले?

कौरवांच्या संहाराचा वृत्तान्त या दृष्टिहीन ज्येष्ठांना कळवण्याचे कामही श्रीकृष्णाने दूतकर्म समजून पत्करले. अठरा दिवसांच्या दीर्घ सुतकर्मानंतर, त्याने हे अंतिम दूतकर्माचे आव्हान स्वीकारले. जे युद्ध निवारण्यासाठी त्याने टोकाचे प्रयत्न केले, त्या युद्धाचा वृत्तान्त कथन करण्याचे काम, ही त्याची जबाबदारी ठरली, ही विपरीत स्थितीच! तरी... तरीही श्रीकृष्णाने युद्ध वृत्तान्त सादर करताच संताप झालेल्या

माता गांधारींनी अपार आक्रोश करत प्रश्न विचारला होता.

"वासुदेवा, क्षत्रियांसाठी युद्ध नवलाचे नाही; पण एकाच भावाच्या हस्ते शंभर भावांचा मृत्यू आणि एका भावाने दुसऱ्या भावाची छाती फोडून उष्ण रक्त प्राशन करणे आजवरच्या आर्य परंपरेत घडले नाही. तुझ्या उपस्थितीत हे कसे घडले? तू या अधर्मास अनुमोदन कसे दिलेस?"

"माते!" श्रीकृष्ण वेदनासक्त स्वरात म्हणाला. "त्या द्यूतसभेत कुलवधू रजःस्वला दौपदीच्या मर्यादेचा लोप करण्याचा अधर्म आचरण्यात आला, तेव्हा भीमाने केलेली ती प्रतिज्ञा होती, हे आठवा."

"तू उपहासात्मक बोलतोस कृष्णा?" माता गांधारीच्या मुखातून चीत्कार निसटला.

"नाही, देवी! मी असा अधम नाही. मी फक्त वास्तवाचे स्मरण करून दिले."

"यदुनंदन, तू ठरवले असतेस तर हा संहार रोखू शकला असतास." माता गांधारीने आरोप केला.

"संहार रोखण्यासाठी माते मी दूतकर्म केले होते. माझ्या विष्टिकर्माच्या तुम्ही साक्षी आहात. तुमच्या पुत्राने इंद्रप्रस्थच नव्हे, तर पाच गावेही देण्यास नकार दिला, हेही तुम्ही जाणता."

"होय. तरी मी एक स्त्री! दृष्टिहीन! आणि तुझ्यात त्रिकाळदर्शन करण्याची क्षमता! श्रीकृष्णा, तुला कोणतीही मर्यादा बांधू शकत नाही म्हणून या महासंहाराचे उत्तरदायित्व तुझ्या मस्तकावर आहे." माता गांधारीचा स्वर कठोर बनला.

"माते!" श्रीकृष्ण माता गांधारीसमोर नतमस्तक झाला.

"आणि म्हणून वासुदेवा, माझा तुला शाप आहे - जसा कुरुकुलाचा संहार झाला तसाच आजपासून छत्तीस वर्षांनी, समग्र यादवकुळाचा परस्परांशी लढण्यात पूर्ण विनाश होईल."

"बस, हीच शिक्षा, माते?" श्रीकृष्ण उन्नतमस्तक होऊन म्हणाला. "यादवांच्या मनात सामर्थ्याविषयी घमेंड निर्माण झाली तर तसे होणेच योग्य! तुमचा हा शाप एका अर्थाने अनुग्रह ठरणार आहे. माते, मी त्याचा नम्रतेने स्वीकार करतो."

या घटनेस छत्तीस वर्षे होत आल्याची श्रीकृष्णास जाणीव झाली. नारदाच्या प्रश्नाने जणू त्याला अतिताचा प्रवास घडवून आणला. माता गांधारीने शाप दिला, तेव्हा त्याने त्याचा अत्यंत सहजतेने स्वीकार केला होता. तरी यात दोषी कोण आहे आणि शिक्षा भलत्याने का भोगावी हा प्रश्न होताच, नव्हे अनुत्तरित राहत होता. युद्धनिवारणार्थ मनुष्यसहज सारी कर्मे पूर्ण केली असूनही... माता गांधारीने श्रीकृष्ण आणि त्याच्या समस्त यादवकुळास शाप देणे, खरोखर तर्कसंगत वा न्यायसंगत होते? युद्धानंतर शापित श्रीकृष्ण द्वारकेस परतल्यानंतरचा हा दीर्घ काळ...

❖

६

कृष्णाची समस्या व नारदाचे समाधान

नारदांचा तर्क शंभर टक्के खरा होता. अश्वत्थाम्याच्या ब्रह्मास्त्राने कुरुवंशाच्या एकमात्र वारसाचा - उत्तरेच्या गर्भाचा नाश केला. त्यास संजीवन देऊन हस्तिनापुराचा निरोप घेऊन श्रीकृष्ण द्वारकेस परतला. मग या प्रदीर्घ कालात त्यांचे वास्तव्य केवळ द्वारकेत होते. प्रिय सखा अर्जुन वा प्रिय सखी द्रौपदीस भेटण्यासाठी तो हस्तिनापुरास गेला नाही की या प्रियजनांना कधी द्वारकेस येण्याचे निमंत्रण दिले नाही. गोकुळाचा निरोप घेतला, तेव्हा मथुरा त्यांच्यासाठी अपरिचित प्रदेश होता. मथुरा सोडून आज द्वारकेच्या ओळख असलेल्या परिसरात येणे झाले, तेव्हा या प्रदेशाचे भविष्यही अज्ञातच तर होते! वर्षानुवर्षांच्या काळात या साऱ्याचे कित्येकदा चर्वण झाले होते. प्रत्येक देहास विशिष्ट कालावधी प्राप्त होतो, हे श्रीकृष्ण जाणून होता. प्रत्येक संबंधास शेवट अनिवार्य असतो. सहजपणे अंत स्वीकारण्यात आला तर तो दुःखद सिद्ध होत नाही. उलट सहज स्वीकारामुळे, तो संस्मरणीय ठरतो.

गांधारी मातेने दिलेली मुदत संपली की, महाकाळ सर्वांना स्वतःत सामावून घेणार होता आणि म्हणूनच श्रीकृष्ण स्वतःचा व्याप आत्म्याशी केंद्रित करण्यास ही वर्षे वापरत होता. त्या व्यापाचा अवधी पूर्ण होण्याच्या तयारीत होता. सारे आत्म्याशी केंद्रित करून श्रीकृष्ण महाकाळाच्या चरणांशी स्वस्थ बसण्याची पूर्वतयारी

करत होता.

नारदांनी विचारलेला प्रश्न यथार्थ होता.

"आपला निष्कर्ष अगदी योग्य आहे देवर्षी!" श्रीकृष्ण कबुली दिल्यागत म्हणाला. "आपण विश्व परिव्राजक! आपल्यापासून काही गुप्त राहू शकत नाही."

नारदांनी वाद घातला नाही. जणू उत्तर न देऊन त्यांनी या वास्तवाचा स्वीकार सूचित केला. थोड्या वेळाने त्यांनी विचारले, "परिव्राजक वृत्ती वैराग्याच्या दिशेस नेण्याची शक्यता नाही का?"

"शक्य आहे." श्रीकृष्ण उत्तरला, "पण ती वृत्ती 'आतून' प्रकटत नसेल तर तिचे बाह्य अनुसरण विपरीत परिणामास निमंत्रण ठरते."

"तू सारे समजून आहेस." किंचित हसत नारद म्हणाले. "पण या विभावनेत कुठे उद्वेगाचा प्रवेश झालेला नाही ना?"

श्रीकृष्ण स्तब्ध झाला. क्षणार्धात पुनश्च गोकुळाचा निरोप घेतला, तेव्हापासून तो माता गांधारीने शाप दिला तोवरचा काळ त्याच्या मनात तरळला. नकळत त्याची नजर आकाशाकडे वळली. थोड्या वेळापूर्वी दुर्गावरून तिसरा प्रहर संपल्याचे ठोके पडले होते. सवितानारायण आता पश्चिमेकडे तोंड करून वेगाने आकाशप्रवास करत होता.

"देवकीनंदन, गप्प का?" नारदास श्रीकृष्णाच्या मौनाचे आकलन होईना. कृष्णमुखावर गूढ स्मित उमटले आणि क्षणार्धात विरलेही!

"भगवंत," श्रीकृष्ण पुटपुटला. कृष्णप्रासादाच्या भिंतींनाही हा स्वर अपरिचित भासला असेल, असे नारदास वाटले! तोच श्रीकृष्ण पुढे म्हणाला, "एक प्रश्न विचारू?"

"प्रश्न विचारण्यासाठी प्रश्न विचारावा लागावा, तेही साक्षात श्रीकृष्णाला! म्हणजे समस्या जटिल असावी." नारद म्हणाले.

"कुणाला विचारता येऊ नये असा प्रश्न आहे, कारण त्याचे निराकरण कुणाकडेही नाही."

"हे ठाऊक असून तो प्रश्न विचारायची इच्छा होते आहे, श्रीकृष्ण?"

"होय. सदा अनुत्तरित राहणारा प्रश्न मांडता यावा असे त्रिलोकपरिव्राजक एकटे आहेत."

"असे असेल तर तुझा प्रश्न मी माझे परमसौभाग्य समजेन." नारद उत्तरले. क्षणभर वातावरणातील हवेसही बोजा वाटण्याजोगे मौन दाटले.

"नारद," श्रीकृष्ण बोलला, "समजूत आल्यापासून जे केले, त्याचे स्वामित्व मी कधीच स्वतःजवळ ठेवले नाही! राज्य मथुरेचे असो की द्वारकेचे! ऐश्वर्य विश्वकर्मापासून प्राप्त झालेले असो की सूर्यकृपेने प्राप्त होणाऱ्या स्यमंतकाकडून!

सारे कुटुंब समजून यादवकुळाच्या चरणी धरले.'' क्षणभर तो थबकला.

''आर्यावर्तात श्रीकृष्णकथेचा सर्वांना परिचय आहे. कुणाला हे ठाऊक नाही, असे नाही.''

''होय, तरी जे कुणाला ठाऊक नाही, ते आज तुमच्या समक्ष मांडावेसे वाटते. कसलीही अपेक्षा न ठेवता, यादवांच्या चरणी मी सर्वस्व धरले असूनही, ते माझ्यावर असंतुष्ट का, हा प्रश्न हल्ली मला सारखा छळतो, देवर्षी! मी आसक्तिरहित कर्माचा उपदेश केला. आचरणातही आणला, तरी माझे स्वकीय माझ्याविषयी शंका बाळगतात. मी कितीही केले तरी ते असंतुष्ट असतात, याचे कारण मला कळत नाही.'' नकळत श्रीकृष्णमुखातून अवश निःश्वास निसटला.

ही परिस्थिती आणि हा प्रश्न नारदास अत्यंत अनपेक्षितच नव्हे; तर अकल्पनीयही वाटला. क्षणभर ते स्तब्ध झाले. मनीचे भाव, शब्दरूपाने आत्ता प्रकट होत असले तरी दीर्घकाळापासून श्रीकृष्ण या व्यथेशी झुंजत असावा, असे त्यांना जाणवले. समग्र कृष्णगाथा ते जाणत होते. तरी त्यांना कार्यकारण ठाऊक नव्हते की त्या कार्यामागची कृष्णभूमिकाही!

''अच्युता,'' क्षणभर विचार करून ते म्हणाले. ''कुरुक्षेत्रावरील महासंग्रामाच्या पहिल्या दिवशी अर्जुनाच्या चित्तात विषाद दाटला. त्यास कृष्णसंस्पर्श लाभला आणि तो 'योग' ठरल्याचे ऐकले आहे; पण कृष्णमनात विषाद दाटला तर त्यास योगात परिवर्तित करण्याचे सामर्थ्य कुणात असणार?''

''देवर्षी, महासंग्राम सुरू होण्यापूर्वी अर्जुनाच्या विषादास योगात परिवर्तित करणाऱ्या श्रीकृष्णाचे चित्तही मानवाचे आहे. मानवी जीवनाची संकुलता अपारच! आपण तपोनिष्ठ आणि ब्रह्माचे ज्ञाते! आपल्याशिवाय कृष्णमनातील विषाद कुणास स्पर्शू शकेल?''

''यदुश्रेष्ठा, तू मिळवले हे सारे असामान्य! असामान्याची प्राप्ती, सामान्यास जमत नाही; तर मग असामान्याचे वितरण कसे पचेल?'' प्रत्येक शब्दावर जोर देत नारद म्हणाले.

''म्हणजे? मी समजलो नाही.'' कृष्णमुखातून गोंधळयुक्त आश्चर्य निसटले.

''साक्षात श्रीकृष्णास कळत नाही, ते सामान्यास कसे कळावे?'' नारदांनी प्रतिवाद केला. ''मथुरेचे राज्य असो की द्वारकेचे सिंहासन! विश्वकर्माने निर्माण केलेले वैभव असो की सवितानारायणाच्या प्रसादाचा स्यमंतक मणी! सारे कृष्णसंस्पर्शाने आधिभौतिक बनते. उग्रसेन, अक्रूर, सत्राजित, राणी सत्यभामा, बलराम असोत की कृतवर्मा, सारे स्वजन! तू संयमाने परंतु त्यांनी कृष्णत्वाचा अंश प्राप्त करण्यापूर्वीच त्यांना असामान्य ऐश्वर्याचे स्वामित्व प्रदान केलेस. स्वामित्वाचा संस्कार जन्मदत्त नसतो. त्या संस्काराचे संवर्धन झाले तरच त्या ऐश्वर्याचा उपभोग ईश्वरी बनतो.''

"देवर्षी!" किंचित हसत श्रीकृष्णाने विचारले, "जे मिळवले ते आप्तांना देणे चुकीचे होते, असे तुम्ही म्हणता आहात?"

"तुझे अनुमान निखळ सत्य आहे, देवकीनंदना!" अधिक खुलासा करत नारद उत्तरले. "देहधर्म कार्यान्वित असेतो, ऐश्वर्याचे स्वामित्व ज्याने त्याने स्वतः सांभाळायचे असते. तसे केल्याने स्वजनांच्या अपेक्षा उदीप्त होणे टाळता येते. ज्या अनौरस अपेक्षा तू जन्माला घातल्यास, त्यांचा अंत नसतो. साऱ्यांच्या मनात तुझे स्थान सतत काही अमोघ मिळवून देणाऱ्याचे आहे. म्हणून त्यांच्या मनात परस्परांविषयी नि खुद्द तुझ्याविषयी शंकेची वलये उठतात. उत्तराधिकाऱ्यांत ऐश्वर्याचे वितरण अवश्य करावे; पण ते त्यांच्या अधिकारात आणि क्षमतेत किती बसेल, याचा विचार करूनच! ती प्राप्तीही देहधर्म संपल्यानंतर होणे योग्य असते."

अर्जुनास विराट विश्वरूपदर्शन घडवले, तेव्हा त्याच्या मनात जो भाव प्रकटला असेल, त्याची जणू श्रीकृष्णास निसटती चुणूक मिळत होती. नारद म्हणाले त्या दृष्टीने आपण विचार केला नसल्याचे त्याला स्पष्ट जाणवले. आप्तजनांना आसक्तिविरहित भावनेने काही अर्पण करताना, त्यांच्या क्षमतेचा आणि औचित्याचा विचार करायला हवा हे श्रीकृष्णास तत्काळ पटले.

"असे असेल तर मी जे दिले आहे, ते सारे त्यांच्याकडून परत घ्यावे का?" त्याने विचारले.

"देणे चुकीचे होते नि परत घेणे त्याहून चुकीचे ठरेल." नारद शांतपणे उत्तरले. "तू ते परत मिळवू शकशील यात शंका नाही, कारण तुझ्या सामर्थ्यावर माझा पूर्ण विश्वास आहे. पण..."

"पण काय देवर्षी?"

"त्यामुळे या समस्येचे निराकरण दूर राहील आणि असंतुष्टांच्या असमाधानात भर पडेल. म्हणजे या ज्वालेने असंतोषाची आग अधिक भडकेल."

श्रीकृष्णाच्या मुद्रेवर गूढ भाव उमटला. क्षणार्धात स्वजनांच्या असंतोषाच्या अनेक आठवणींचे त्याला स्मरण झाले. सारे परत मिळवल्याने कोणता अर्थ उरेल? मथुरेच्या भर सभेत मथुरेचा त्याग करा, हे सांगणारा विकद्रू असो की अनेक वर्षांपासून ज्येष्ठत्वाच्या अधिकाराने गणाधिपती बनलेले महाराज उग्रसेन असोत, कुणाकडून काहीही मिळवणे आता अर्थहीन ठरणार आहे, हे नारदांचे म्हणणे निखळ सत्य आहे.

"आपल्या मताला माझ्या लेखी फार महत्त्व आहे. देवर्षी! ते मला पटलेही! पण पटल्याने समस्येचे निराकरण होत नाही." श्रीकृष्ण अस्वस्थ स्वरात म्हणाला.

"काही समस्यांचे समाधान साधावे लागते, हे मी का तुला समजावायचे?"

श्रीकृष्णमुखावर पुन्हा स्मितरेषा उमटली. समस्यांशी समाधान साधणेही नवे

कुठे होते? सुदीर्घ आयुष्यात दुसरे काय केले होते? कालिया नागाने दूषित केलेल्या यमुनाजलाचे निर्विषीकरण करणे असो, की इंद्राच्या भयातून व्रजभूमीस बाहेर काढणे! बालपणापासून समस्यांशीच गाठ पडली होती. कधी समस्येचे निराकरण शोधून तर कधी तिकडे कानाडोळा करून! कधी समस्यांशी संवाद साधून तर कधी समाधान साधून! पण सारे करताना आजच्या अनुभूतीची विभावना अनुभवली नव्हती. अर्जुनाच्या मनात स्वजनांसाठी मोह दाटला, त्या क्षणाचे स्मरण हृदयात प्रकट झाले. अर्जुनास हसत ऐकवले, ते आठवले. ''अर्जुना, उचित नसलेला शोक तू का करत आहेस? जे असत्य आहे, ते कधी सत्य ठरणार नाही आणि जे सत्य आहे, ते कधी नाश पावणार नाही.''

एक अपूर्व क्षण नजरेसमोरून सरकला आणि श्रीकृष्ण नारदचरणी झुकला. ''देवर्षी, आपले म्हणणे शिरोधार्य! मनात जागृत झालेल्या उत्तापाचे शमन झाले आहे, असे मला वाटते. या कृपेसाठी मी आपला अनुगृहीत आहे.''

श्रीकृष्णाच्या मस्तकास उजव्या हाताचा स्पर्श करताना देवर्षींच्या ओठी मंद स्मित उमटले. नारदांना निरोप दिल्यानंतरही कित्येक दिवस श्रीकृष्णाच्या मनात त्या संस्पर्शाच्या अनुभूतीचे ताजेपण अबाधित राहिले. एका क्षणी विषादास वात्सल्याचा संस्पर्श झाला, असे वाटे तर दुसऱ्या क्षणी ते वात्सल्य विषादाच्या स्पर्शाने घुसळून निघते आहे, असे वाटे.

गोकुळ सोडले त्या क्षणापासून जे जे प्राप्त झाले, ते ते सोडत आला तो! ते घडत असताना या संदर्भात मनात कधी काही येत नसे. विकद्रूने मथुरेचा त्याग करण्याची विनंती केली, तेव्हा वा राणी सत्यभामेने स्यमंतकाच्या संदर्भात संशय व्यक्त केला, त्या संदर्भात तो कधीही कुणाजवळ काही बोलला नव्हता. आता इतक्या कालखंडानंतर या गोष्टी का डाचताहेत, याचा त्याला उमज पडत नव्हता. अशा द्विधेत काळ पुढे सरकत असताना एके दिवशी अचानक...

''श्रीकृष्ण वासुदेवास वंदन!'' एका सेवकाचा आवाज ऐकून श्रीकृष्णाने आवाजाच्या दिशेस बघितले. सेवक मान खाली घालून उभा होता.

''काय झाले?'' श्रीकृष्णाने विचारले.

''महाराज उग्रसेन आणि ज्येष्ठ यादवांचा निरोप आहे की, यादवसभेस आपली प्रतीक्षा आहे.''

श्रीकृष्णास आश्चर्य वाटले, कारण ही वेळ यादवसभेची नव्हती. म्हणून त्याच्या तोंडून नवल निसटले.

''महाराजांनी अचानक यादवसभा बोलावली?''

''ते मला ठाऊक नाही, यदुश्रेष्ठ!'' नम्रतेने उत्तर देऊन सेवक कक्षाबाहेर पडला.

❖

७

विनाशापेक्षाही अधर्म जास्त भयानक!

विशाल सभागृहात अग्रगण्य यादव मंडळी आपापल्या स्थानी आसनस्थ झाली होती. वयोवृद्ध राजा उग्रसेन ताठ बसले तरी ते अस्वस्थ असल्याचे स्पष्ट जाणवत होते. त्यांच्या उजव्या हातास अक्रूर आणि कृतवर्मा बसले होते, तर डावीकडे बलराम आणि सात्यकी आसनस्थ झाले होते. बऱ्याच यादवांनी आपापली स्थाने ग्रहण केलेली असूनही काही जागा रिक्त होत्या. सभागृहाच्या प्रवेशद्वाराशी दोन बाजूस द्वारपाल भाले जुळवून उभे होते. भाले दूर करून ते सभागृहात प्रवेशणाऱ्या यादवास आदराने आत येऊ देत होते. सभागृहात शांतता होती. तरी प्रत्येकाच्या मुद्रेवर अनाम तरीही स्पष्ट अस्वस्थता जाणवत होती.

श्रीकृष्ण सभागृहात प्रवेशताच साऱ्यांची नजर त्याच्यावर खिळली. सभागृहात अपवादाने कुजबूज होती, तीही शमली. महाराजांना वंदन करून तो त्यांच्या समोरील आसनावर स्थानापन्न झाला.

राजा उग्रसेनाची अस्वस्थ नजर समग्र यादवसभेवर फिरली. सभागृहाच्या एका कोपऱ्यात सारण, सांब इत्यादी राजकुमार नतमस्तक उभे होते. त्यांच्या मागे प्रद्युम्न आणि अनिरुद्धही श्रीकृष्णास दिसले; पण साऱ्यांनी पित्याची नजर चुकवली. श्रीकृष्णाने दुसऱ्या दिशेस बघितले. तिथे यशोधर आणि सुचारू हे कृष्णपुत्र होते.

क्षणार्धात पुत्रांच्याच नव्हे; तर समस्त यादवगणांच्या मुद्रेवर व्यग्रता व्यापून असल्याचे त्याला जाणवले.

"महाराज उग्रसेन!", किंचित मस्तक नमवून श्रीकृष्णाने प्रश्नार्थक आश्चर्य दर्शविले. "अचानक यादवसभा बोलवावी लागली?"

"कृष्णा, समग्र यादवकुळास अनपेक्षित दुर्घटनेने ग्रासले आहे." महाराज उग्रसेन पुटपुटले.

"अशी काय दुर्घटना घडली? सात्यकी, ज्येष्ठ भ्राता, वीर कृतवर्मा... साऱ्यांना चिंतित करणारी?"

"दुर्घटना असती तर तिचा यादववीरांनी प्रतिकार केला असता." बलराम म्हणाला. "पण ही ओढवून घेतलेली - स्वनिर्मित आपत्ती आहे. कृष्णा, दुर्भाग्यातून यादवकुळास कसे वाचवता येईल, ते कळत नसणे ही समस्या आहे."

"आज सकाळी सांब, सारण वगैरे यादवकुमार द्वारकेच्या दुर्गाबाहेर समुद्रतटावर विहार करण्यासाठी गेले..." महाराज उग्रसेन अस्वस्थ स्वरात व्यथेची कथा विशद करू लागले. "तीर्थाटनास निघालेले महर्षी कश्यप आणि त्यांचे सहकारी ऋषी जवळच विश्रामासाठी थांबल्याचे कळले. म्हणून सांब वगैरे यादवकुमारांना त्यांना भेटण्याची कुबुद्धी झाली."

"कुबुद्धी?" पुत्रांकडे बघत श्रीकृष्णाने किंचित चढ्या स्वरात विचारले.

"होय, त्यास कुबुद्धीच म्हणावे लागेल." महाराज उग्रसेन खोल स्वरात म्हणाले. "कारण यादवपुत्रांनी सांबांच्या पोटावर धातूचे पात्र ठेवले आणि त्यास सगर्भा स्त्रीचा पोषाख करवून महर्षी कश्यपांच्या भेटीस नेण्याचे अनुचित आचरण केले."

श्रीकृष्णाची नजर यादवकुमारांवर फिरली. सांब सर्व कुमारांत अधिक सौंदर्यसंपन्न होता. त्यास सुंदरतेची जाणीवही होती. या अभिमानास वश होऊन त्याने या आधीही बरेचदा अनुचित वर्तन केले होते; पण या वयातही या खुळेपणातून तो मुक्त न होणे श्रीकृष्णास विचित्रच नव्हे; तर दयनीयही वाटले. त्याच्या मुद्रेवर करुणाभाव उमटला. महाराज उग्रसेनाचे कथन पुढे सरकत होते...

"महर्षी कश्यपांना स्त्रीवेशधारी सांब, वीर बभ्रूची पत्नी असल्याचे सांगण्यात आले. बभ्रूच्या गर्भवती पत्नीस महर्षींनी आशीर्वाद द्यावा, अशी त्यांनी विनंती केली."

"मग? नंतर काय घडले, महाराज?" श्रीकृष्णाच्या तोंडून अनायास प्रश्न उमटला.

"जे घडले त्यामुळे समस्त यादवकुळाचे अस्तित्व धोक्यात आले आहे." महाराज उग्रसेनाच्या स्वरात निखळ अगतिकता दाटली. "महर्षी त्रिकालज्ञानी!

यादवकुमारांची धृष्टता त्यांनी सहज ओळखली असूनही ते क्षणभर स्तब्ध झाले; पण अधीर कुमार सारणाच्याने राहवेना. त्याने विचारले, 'हे महर्षी, बभ्रूच्या पत्नीच्या पोटातून पुत्र प्रकटेल की कन्येचा जन्म होईल, हे सांगण्याची कृपा करावी.' महर्षींनी सर्व यादवकुमारांना ओळखले होतेच. त्यात या उद्दंड प्रश्नाची भर पडली. महर्षी त्वरित उत्तरले, 'हे यादवकुमारांनो, या पोटातून जे जन्मेल, ते समग्र यादवकुळाच्या संहाराचे निमित्त ठरेल.' ''

श्रीकृष्ण एकचित्ताने कथन ऐकत होता. चित्तात माता गांधारीची शापवाणी घुमू लागल्याने त्याच्या शांत मुद्रेवर अस्वस्थतेचा चरा उमटला नाही... काही दिवसांपूर्वीच तो उंदरामुळे झालेल्या डंखाच्या अनुभूतीने मध्यरात्री जागा झाला होता. त्या स्वप्नाने त्रस्त केले होते. प्रातःकाळी स्वाती नक्षत्रास ओलांडून आकाशगंगेचे राहू आणि केतू सन्निध येत असल्याचे दृश्य साकार झाल्याचेही त्याला लगेच आठवले. नकळत त्याच्या ओठी करुणामय स्मित उमटले.

''मग? काय जन्मले महाराज?'' सस्मित श्रीकृष्ण विचारता झाला.

''महर्षींचे बोल ऐकून भयभीत झालेल्या यादवकुमारांनी लगेच सांबाच्या पोटावरील धातुपात्रावर ठेवलेले आवरण दूर केले; पण तिथे धातुपात्राऐवजी मुसळाच्या आकाराचा लोखंडाचा तुकडा होता. सारे खूप घाबरले. भयभीत अवस्थेत ते माझ्याकडे धावले. समस्येचे निराकरण करण्यासाठी त्यांनी मला विनंती केली आणि ते मुसळही दाखवले.'' महाराज उग्रसेनांनी कथनाची समाप्ती केली.

''महाराज, महर्षींच्या वचनाचे निवारण अशक्य आहे.'' श्रीकृष्ण शांतपणे म्हणाला, ''महर्षी कश्यप परमज्ञानी! त्रिकालदृष्टे! त्यांचे बोल नम्रतेने शिरोधार्य मानणे, हेच समस्येचे निवारण! यादवकुमारांनी अत्यंत बीभत्स वर्तन केले आहे. त्याचे फळ त्यांनी भोगले पाहिजे.''

''पण मी त्या मुसळाचे चूर्ण करून ते समुद्रात विसर्जित केले आहे. त्या चूर्णाने आता समुद्राचा तळ गाठला असेल. आता ते आपत्ती निर्माण करणार नाही, असे मी समजतो.'' महाराजांनी या दुर्घटनेनंतरचा अहवाल दिला.

''कुमार सांब,'' सांब बसला होता त्या दिशेस नजर वळवून श्रीकृष्ण म्हणाला, ''तू इतके हीन वर्तन कसे केलेस?'' मग सारण आणि इतर कुमारांकडे बघत तो म्हणाला, ''सांब असे अनुचित वर्तन करत असताना कुणी त्यास विरोध का केला नाही? तुम्ही वृष्णी व भोजक वंशाचे उत्तराधिकारी! तपस्वी ब्राह्मणांचा सन्मान करण्याची ज्या कुळाची परंपरा! त्या परंपरेचा त्याग करून तुम्ही महर्षी कश्यपांसारख्या अधिकारी व्यक्तीशी अनिष्ट वर्तन केले? असे घडलेच कसे?''

यादवकुमार निःशब्द होते. यादवसभेत जड मौन दाटले होते. नकळत श्रीकृष्णाची नजर बलरामाकडे वळली. बलरामाचे डोळे लाल होते. जरा दूर असलेल्या

कृतवर्माच्या मुखावरही... श्रीकृष्णाच्या अंतरात एक नाद प्रकटला. तत्क्षणी मनात ठाम निर्णयाची गाठ बसली.

''सांगा कुमार!'' कृष्णमुखातून तीव्र स्वरात आदेश उमटला. ''तुम्हा कुणाच्याही मनात, असे हीन कृत्य करता कामा नये, हा विचार का आला नाही? एका वेळी सर्वांचा चित्तभ्रम कसा झाला?''

यादवकुमारांच्या नजरा अधिकच खाली झुकल्या.

''पिताश्री,'' कुमार प्रद्युम्नाने साऱ्यांचे प्रतिनिधित्व करण्याचे धाडस केले, ''आपण जाणता की, यादवांना मद्य अत्यंत प्रिय आहे.''

नकळत श्रीकृष्णाची नजर महाराज उग्रसेनांकडे वळली. त्यांच्या नजरेत संमती उमटली. संकर्षण बलराम कृष्णाची नजर चुकवून छताकडे बघू लागला.

''मद्य आणि द्यूत राजवंशाचे भूषण नव्हे; तर दूषण समजण्यात यावे, असे मी म्हणालो होतो... द्यूतप्राप्तीमुळे कुरुकुलाचा संहार झाला, याचे तुम्हाला विस्मरण झाले? मद्यप्रीती यादवांना कुरुकुलाच्या मार्गावर नेत आहे असे समजावे का?'' श्रीकृष्णाच्या स्वरात कठोर नापसंती निनादली.

''यातून केवळ तू मार्ग काढू शकशील!'' महाराजांनी नेहमीप्रमाणे जबाबदारी कृष्णावर ढकलली. ही जबाबदारी आपल्या माथी येणार, हे श्रीकृष्ण जाणून होता. यादवांना मदिरा प्रिय होती. ज्येष्ठ भ्राता बलरामाचे मद्यप्रेम सर्वविदीत होते. कित्येकदा श्रीकृष्णाने या संदर्भात नापसंती व्यक्त केली होती; पण सर्व यादवांनी ती कानाआड केली. गेली काही वर्षे यादवांच्या मद्यप्रेमाने मर्यादा आणि शिस्तीच्या धोरणांचे उल्लंघन केले होते. त्यांनी ताळतंत्र सोडल्याचे श्रीकृष्णास कित्येकदा जाणवले होते. यावर अंकुश लादण्याचा विचारही हल्ली कृष्णमनात घोळू लागला होता. उपाय सापडणे राहिले दूर, सांब वगैरे यादवकुमारांनी मानसिक स्वास्थ्य ढासळावे इतके मद्य प्राशन करून कुलसंहारास निमंत्रण धाडले होते. आता विनाश अटळच! तरी वाटले, माता गांधारीचा शाप साकार होण्याची वेळ फारशी दूर नाही. सामान्य परिस्थितीत तशा कुलनाशास गौरवप्रद गरिमा प्राप्त होणे तरी शक्य होते; पण यादवांच्या कुकर्माने त्यास अधिक शापित केले. युधिष्ठिराच्या मनात अतिरेकी द्यूतप्रेम नसते तर भीष्म, द्रोण, कर्ण आणि कित्येक अजेय वीरांचा नाश कसा झाला असता? हा विचार त्याही परिस्थितीत कृष्णमनात उमटला. यादवांची मद्यप्रीतीही... तरी त्यांना वाटले की, महर्षी कश्यपांच्या शापाने यादवांना व्यग्र केले आहे, याचा फायदा घेऊन यादवांची अवनती रोखण्याचा प्रयत्न करता येईल.

''महाराज उग्रसेन,'' घोषणा केल्यागत तरी नम्र स्वरात श्रीकृष्ण बोलू लागला. ''या दुर्बुद्धीचे मूळ मद्यात आहे. यादवकुमारांनी मद्याचे सेवन केले नसते तर समस्त कुळावर ही आपत्ती कोसळली नसती. जे मद्य कुलाच्या संहारास निमंत्रित करते, ते

द्वारकेत निषिद्ध समजण्यात यावे. तसे केल्याने नुकसान भरून येणार नाही; पण अवनतीची प्रक्रिया रोखता येईल. म्हणून माझी महाराजांना प्रार्थना आहे की, द्वारकेत मद्यबंदी जाहीर करावी."

"मी कृष्णाच्या मताशी सहमत आहे." महाराज उग्रसेन म्हणाले. "पण यादव गणतंत्राच्या परंपरेनुसार इतर वरिष्ठ यादवांची संमतीही आवश्यक आहे."

"ती परंपरा जपलीच पाहिजे!" श्रीकृष्ण म्हणाला. "महाराज, आज सारे वरिष्ठ यादव उपस्थित आहेत. त्यांचे मत आत्ताच मागता येईल. ते मद्यबंदीस संमती वा निषेध जाहीर करू शकतात; पण ज्यांचा निषेध असेल, त्यांना यापुढील अवनतीचे उत्तरदायित्व स्वीकारावे लागेल. मद्यामुळे या कुमारांनी विनाश निमंत्रित केला आहे. हे असेच चालू राहिले तर..."

"नाही!" सात्यकीने उभे राहून सांगण्याचे धाडस केले. "महाराजांनी मद्यबंदी जाहीर करणे, हा सुचारू निर्णय आहे."

"सात्यकीच्या म्हणण्यास माझे अनुमोदन आहे." वृद्ध यादव अक्रूर म्हणाले.

"समग्र यादवसभा, सात्यकी आणि ज्येष्ठ यादव अक्रूर यांच्या विचारास अनुमोदन देईल, अशी अपेक्षा आहे." निसटत्या नजरेने बलरामाकडे बघत श्रीकृष्ण म्हणाला.

क्षणभर यादवसभेत असह्य शांतता दाटली. काही यादवांनी परस्परांकडे तर काहींनी बलरामाकडे दृष्टिक्षेप टाकला. बलरामाची नजर आकाशावर खिळली होती.

बलराम कुणाकडे बघत नसणे श्रीकृष्णास सोईचे वाटले. "महाराज, यादव गणतंत्राच्या परंपरेचे यथोचित पालन झाले आहे. आपण या क्षणापासून मद्यबंदी घोषित करू शकता." श्रीकृष्णाने विनंतीपूर्वक सूचित केले.

श्रीकृष्णाचा विचार उचलून धरल्यागत महाराज उग्रसेनांनी घोषणा केली, "हे यादववीरांनो, द्वारकेच्या भूमीवर या क्षणापासून मद्यसेवन त्याज्य ठरवलेले आहे. यापुढे कोणीही द्वारकेत मद्यसेवन करू शकणार नाही. तसे करणे राजाज्ञेचा भंग ठरेल आणि करणाऱ्यास गणपरिषदेच्या शिक्षात्मक कार्यवाहीस सामोरे जावे लागेल."

महाराज उग्रसेनांची घोषणा सभागृहाच्या भिंतीवर प्रतिध्वनित झाली. यादववीरांनी नतमस्तक होऊन घोषणेचा स्वीकार सुचवला. ज्येष्ठ भ्राता बलराम स्वस्थानावरून उठला; पण श्रीकृष्णाने मोठ्या भावाच्या हालचालीकडे बघून न बघितल्यासारखे केले. सांब, सारण आणि इतर यादवकुमारांच्या मुखावर त्याला अपराधी भावना अंकित झालेली दिसली.

"महाराज," समग्र सभेशी बोलत असल्यागत श्रीकृष्ण बोलू लागला. "मद्यबंदी हे महर्षी कश्यपांच्या शापाचे निवारण नाही. ते आहे दुर्व्यवहारांचे सज्जनोचित प्रायश्चित! यादवांच्या मनात यातून पळ काढण्याची वृत्ती घुसली तरी ती अवनतीची

परिसीमा असेल, हे परमसत्य ध्यानात असेतो, विनाशाची स्थूल प्रक्रिया यादवांना कलंकित करणार नाही. अनुचित तसेच अधर्म्य व्यवहाराचे भय योग्य ठरते, विनाशाचे भय नव्हे.'' श्रीकृष्णाने समापन करताच महाराज उग्रसेनांनी सभा विसर्जित केली.

❖

८

मद्यनिषेध म्हणजे आत्मनिषेध?

सर्वसंमतीने मद्यबंदीची घोषणा झाली; पण यादववीरांनी हा प्रस्ताव मनापासून स्वीकारला नव्हता. अक्रूर आणि सात्यकी यांचे अनुमोदन मिळाल्याने, या प्रस्तावास कुणी विरोध करू शकले नाही. श्रीकृष्णाने सर्वांच्या मौनास अनुमोदन समजणे हितार्थ ठरवून, महाराज उग्रसेनांना मद्यबंदीची घोषणा करण्यास भरीस पाडले. वास्तविक बलरामासह बहुतेकांना ही घोषणा दुष्कर वाटत होती. विपरीत परिस्थितीमुळे अचानक यादवसभा बोलवावी लागली होती. त्या परिस्थितीस कारण ठरलेले यादवकुमार या प्रस्तावाला विरोध करू शकत नव्हते. इतरांनी अपेक्षेने बलरामाकडे पाहिले. बलरामास त्या नजरांचा अर्थ कळलाही! पण सांबाच्या पोटावर बांधलेल्या धातुपात्राच्या जागी मुसळ निघाल्याच्या घटनेने बलरामास स्तब्ध केले होते. मद्यबंदीस विरोध म्हणजे महाराज उग्रसेन आणि श्रीकृष्णाचा रोष ओढवून घेणे हे त्यास कळले आणि तो गप्प राहिला. सांब आणि इतर यादवकुमारांचा अपराध, सूर्यप्रकाशासारखा स्पष्ट होता. म्हणूनही त्याच्या मुखावर कुलूप होते. बलरामाची मद्यप्रीती सारे जाणून होते; पण बलराम मूक राहिल्याने कुणी या प्रस्तावाला विरोध करू धजले नाही.

वस्तुतः यादववीरांसमक्ष हेतुलक्षी काम नसणे, हा कळीचा मुद्दा होता. श्रीकृष्ण, बलराम, सात्यकी, कृतवर्मा यांच्या दराऱ्यामुळे द्वारकेच्या सुरक्षेत उणीव

नव्हती. कुरुक्षेत्राच्या महासंहारानंतर आर्यावर्ताने महाराज युधिष्ठिराचे वर्चस्व स्वीकारले होते. जरासंध, रुक्मी, भौमासूर, शिशुपाल आणि पौण्ड्रासारख्या जुलमी वीरांचे अस्तित्व पृथ्वीवरून लुप्त झाले होते. सिंधू पलीकडच्या कालयवनाचा प्रश्नही श्रीकृष्णाने संपवला होता. युधिष्ठिराच्या राज्यारोहणानंतर प्रदीर्घ काळ शांतियुग म्हणण्याजोगी परिस्थिती निर्माण झाली होती; पण त्यामुळे द्वारकेचे यादववीर निष्क्रिय बनून जीवन सपक बनले. यादवांचा मद्याकडे ओढा होताच; निष्क्रिय परिस्थितीत त्यात प्रचंड वाढ झाली. हे हितार्थ नसले तरी सहज घटनाच! मद्य वा मृगयेतच ते उत्तेजित होण्याचे सुख प्राप्त करू शकत होते. नृत्य वगैरे कलांचे सादरीकरण बघण्यात मन कितीसे रमणार! रोज पहाटे प्रांगणात प्रकट केलेल्या यज्ञवेदींची धूम्रवलये दुपारपावेतो शमत. त्यात किती वेळ व्यतीत होणार? तरी काही काळ द्वारकेच्या वातावरणात मंत्रोच्चाराचे पडसाद उठत राहिले.

मद्यनिषेधाची घोषणा झाल्यावर काही काळ यादवांनी स्वतःस नेमस्तपणे व्यस्त ठेवण्याचा प्रयास केला; पण त्यात त्यांना प्रच्छन्न व्यग्रतेचाच अनुभव आला. सारे आशाळभूतपणे बलरामाकडे बघत होते. ते एक दिवसही मद्याविना राहू शकणार नाहीत अशी सर्वांना खात्री वाटली. सारे आसुसून बलरामाचे निरीक्षण करत होते. बलरामासही ते कळत होते. यादवसभेत मद्यबंदीचा निषेध केला नसला तरी आपले मद्याविना चालणार नाही, याची त्याला जाणीव होती. मद्यबंदीची घोषणा झाली, त्या दिवशी यादवसभेतून परतलेल्या बलरामाने मानसिक व्यग्रतेच्या शमनासाठी रात्री खूप वेळ आटोकाट प्रयत्न केला. मग अपरात्री स्वकक्षात त्याने नाइलाजाने मदिरा घेतली. यादवसभेच्या घोषणेनुसार हा अपराधच! हे कळत असून, तो कायद्याचे अनुसरण करू शकला नाही. पत्नी रेवती, मद्यबंदीविषयी जाणून होती. म्हणून ती चकित झाली.

"संकर्षण, यादवसभेत तुमच्या उपस्थितीत मद्यबंदीची घोषणा झाली. या घोषणेचा तुम्ही अंश आहात." तिने नवल ओठी आणले.

पत्नीकडे बघत त्याने मदिरापात्र ओठी लावले. मदिरेचा मोठा घोट घशात रिचवत बेदरकार स्वरात तो म्हणाला, "राज्यसभेतील घोषणेचा संबंध महालाच्या खासगी कक्षाशी नाही. द्वारकेच्या जाहीर स्थानांच्या संदर्भात ती घोषणा आहे! नव्हे असायला हवी. आता द्वारकेच्या राजमार्गावर, उद्यानात, पटांगणात वा समुद्राच्या किनाऱ्यावर यादव मद्यपान करू शकणार नाहीत."

"हा मथितार्थ राज्यसभेने काढला की हलधरांनी?"

"संकर्षण बलरामाने काढलेला मथितार्थ यादवसभेने स्वीकारावा. नाही तर घोषणा अर्थहीन बनेल."

"कायदा कार्यान्वित करण्याऐवजी तुम्ही पळवाट शोधता?" रेवतीचा प्रश्न

धारदार होता.

क्षणभर बलराम पत्नीकडे बघत राहिला. मग मदिरापात्र रिकामे करून त्याने खाली ठेवले. पतीकडे बघत रेवती म्हणाली, ''स्वामी, तुम्ही माझ्या प्रश्नाचे उत्तर दिले नाहीत.''

रिकाम्या चषकात पुन्हा मदिरा ओतून एक घोट घेत बलराम म्हणाला, ''रेवती, तुम्ही अतिप्रश्न करीत आहात. विदुषी गार्गीने महर्षी याज्ञवल्क्य यांना अतिप्रश्न केले, तेव्हा त्यांनी जे उत्तर दिले, तेच मला द्यावे लागेल. अतिप्रश्न मस्तकाचा चुराडा करतात.''

रेवती गप्प बसली. यापुढे प्रश्न विचारण्यास संधी नाही, हे तिला उमगले. उदास मनस्थितीत यादवकुमार समुद्राच्या तटावर फिरत होते. तेच आकाश आणि उसळत्या समुद्राच्या लाटाही त्याच! पश्चिमेकडून येणारा मंदानिलही तोच, असे असूनही यादवकुमारांना काही स्पर्शत नव्हते. सारे जीवनच सपक झाले होते.

''कुमार सांब,'' शांततेवर चरा पाडून कुमार सुचारूने वातावरणाचे जडत्व कमी करण्याचा प्रयास केला. ''आज महर्षी कश्यप नाहीत आणि मदिरापानही नाही! आता काय करावे ते तुम्हीच सांगा.''

''सर्वांत प्रद्युम्न ज्येष्ठ!'' प्रद्युम्नाकडे बघत सांब उत्तरला. ''या प्रश्नाचे उत्तर ज्येष्ठ भ्राता देतील.''

''जो प्रश्न तुम्ही निर्माण केला, त्याचे उत्तर शोधण्याची जबाबदारी तुमची आहे, सांब!'' कुमार प्रद्युम्नने ठणकावले. ''तुम्ही महर्षींना भेटायला गेलात, तेव्हा मी तुमच्यात नव्हतो.''

''ज्येष्ठ भ्राता, ही घटना तुमच्या उपस्थितीत घडली नाही, हे खरे आहे. तरी राज्यसभेत महाराजांनी मद्यनिषेधाची घोषणा केली, तेव्हा तुम्ही तसेच ज्येष्ठ तात संकर्षण बलराम उपस्थित होतेच.'' वस्तुस्थितीची जाणीव करून देण्यासाठी सांब परखडपणे म्हणाला.

''त्या वेळी सर्वांच्या मनावर यदुवंशाच्या विनाशाचे भय स्वार झाले होते. म्हणजे यादवसभेत विचार नव्हे; तर भयास प्राधान्य मिळाले.'' प्रद्युम्नाने बचावाचा प्रयत्न केला.

''याचा अर्थ असा की, भयाच्या दडपणाखाली झालेली घोषणा विवेकपुरःस्सर झाली, अशी खात्री देता येणार नाही.'' एका यादवकुमाराने तर्कसंगत विचार मांडला.

''जे विवेकपुरःसर नाही ते धर्मानुसार झाले, असे म्हणता येत नाही, त्याचे अनुसरण करण्याचा आग्रहही धरता येत नाही.'' दुसऱ्या यादवकुमाराने उत्साहाने अनुमोदन देऊन संवाद पुढे रेटला.

''पण या तर्काचा प्रारंभ सर्वांचे अग्रज संकर्षण बलराम यांनी करायला हवा.''

सांब चातुर्याने योग्य नि व्यवहारपूर्ण रीतीकडे बोट दाखवत होता. "या बाबतीत पिताश्रींचे नव्हे; तर ज्येष्ठ पिताश्रींचे मत विचारून ते अनुसरणे योग्य ठरेल."

काही क्षणांपूर्वी जडत्व दाटले होते, त्या वातावरणात अचानक हलकेपणा प्रवेशला. जणू अभेद्य वाटणाऱ्या किल्ल्यास खिंडार पाडण्याची कळ हाती आली. मद्यबंदीच्या घोषणेचे निराकरण करू शकेल, असा मार्ग सापडण्याची शक्यता निर्माण होताच सारे रंगात आले. प्रद्युम्नाने या उत्साहास वाचा फोडण्यात पुढाकार घेतला.

"सांब म्हणतो ते मलाही पटते. धर्म आणि विवेकाच्या संदर्भात हा तर्क आपण ज्येष्ठ पिताश्रींसमक्ष सादर करावा. त्यांच्या समर्थनाविना आपण काही केले तर पिताश्री नाराज होतील. त्या अप्रसन्नेतचा प्रतिकार करण्याचे सामर्थ्य आपल्यात नाही."

"त्यासाठी ज्येष्ठ पिताश्रींच्या महाली जाऊन या घोषणेतील त्रुटींकडे त्यांचे लक्ष वेधणे भाग आहे."

"त्रुटी?" सर्व यादवकुमारांनी एकदम विचारले.

"होय त्रुटीच! आपण आत्ता विचार केला, त्यानुसार जर भयाच्या दडपणाखाली ती घोषणा झाली असेल आणि त्याच दडपणापायी ज्येष्ठ यादव अक्रूर आणि सात्यकी यांनी त्यास अनुमोदन दिले असेल तर आपण महाराज उग्रसेनांचे या क्षतीकडे लक्ष वेधायला हवे."

"तुम्हाला काय वाटते की, तुम्ही तर्क मांडण्याचा अवकाश, लगेच महाराज घोषणा मागे घेतील? ज्येष्ठांच्या मदतीविना हे होणे नाही." कुणी चातुर्याने वास्तवाचा चितार दिला.

"साऱ्या प्रश्नांचे वहन करण्यास ज्येष्ठ पिताश्री बलरामच योग्य आहेत. आपण फक्त त्यांचे या क्षतीकडे लक्ष वेधू." कुमार प्रद्युम्नाने स्पष्ट सांगितले.

मग बलरामांना भेटून हा विचार कुणी सादर करायचा, याविषयी विचार सुरू झाला.

"ज्येष्ठ पिताश्रींना सांब अधिक आवडतो." कुमार सुचारूने सुचवले.

"स्वाभाविक आहे. याला कारण आहे सांबाचे मद्यप्रेम!" कुणी तिरकस बोलले.

"आणि नर्तनप्रेमही!" दुसऱ्याने त्यात भर घातली.

"मद्य नि नर्तनप्रेमच! की अजून काही बाकी आहे?" सांबाकडे बघत तिसऱ्याने कोपरखळी मारली.

"तुम्ही सारे माझा अपमान करता आहात," सांब संतापला. "माझ्यावर जे आरोप करताय, ती माझी मक्तेदारी नाही. महर्षी कश्यपांकडे जाताना तुम्ही माझ्याबरोबर होतात."

"होय. पण तरी शापाचे उत्तरदायित्व भ्राता सांब तुलाच स्वीकारावे लागेल."

"मृत्यूच्या भयाने तुम्हा साऱ्यांचा थरकाप उडाला आहे. महर्षी कश्यपांचा शाप केवळ निमित्त आहे. मृत्यू अवश्यंभावी आहे, हे सत्य तुम्हाला ठाऊक नाही?"

"होय; पण सार्वत्रिक विनाशाच्या स्वरूपात मृत्यू सर्व यादवकुळाचा घास घेईल, हे अपयश सांबाचेच." एक यादवकुमार तणतणला.

"बंद करा ही बडबड," सांब संतापून उभा राहिला. "तुम्ही दुबळे आहात. भीरु आहात. तुम्हाला आनंद हवा; पण परिणामाचा सामना करण्याचे सामर्थ्य नाही. मी धिक्कार करतो तुमचा!"

"तोंड सांभाळून बोल," एक यादवकुमार चवताळून गरजला. "आम्हा साऱ्यांना दुबळे आणि भीरु म्हणणारा तूच..."

"शांत व्हा, बंधूनो शांत व्हा," प्रद्युम्नाने आवाज चढवला. दोन हात उंच करून तो संतापलेल्या यादवकुमारांना शांतवू लागला. "तुम्ही विसरता आहात की, कश्यप महर्षींचा शाप ही आपली तत्कालीन समस्या नाही. आता मद्यबंदी हा ज्वलंत प्रश्न आहे."

यदुश्रेष्ठ श्रीकृष्णाच्या युवराजाच्या तोंडून हे शब्द घरंगळले, तेव्हा पळभर समुद्राच्या लाटांचे नर्तनही क्षणभर स्तब्ध झाले. जिथे सांबाच्या पोटाशी जन्मलेल्या मुसळाचे चूर्ण समुद्रात फेकण्यात आले होते, तिथे जणू विषादाचे सूर किनाऱ्यावर आपटू लागले. यादवकुमारांच्या मते एका महर्षींचा शाप दुर्लक्ष करता येण्याजोगा सवंग प्रश्न होता, तर मद्यनिषेधाची घोषणा मात्र ज्वलंत प्रश्न ठरली होती, ही नियतीने मांडलेली करुण चेष्टाच!

"भ्राता प्रद्युम्नाचे म्हणणे अगदी खरे आहे," सुचारू सांबाचा हात धरून म्हणाला. "या क्षणी आपण फक्त मद्यनिषेधाच्या घोषणेचा प्रतिकार कसा करता येईल, याचा विचार करण्यास महत्त्व देऊ."

"ज्येष्ठ पिताश्रींच्या महाली जाऊन भ्राता सांबाने त्यांचे मनोगत जाणून घ्यावे. कदाचित ज्येष्ठ पिताश्री या विषयावर तोडगा काढण्याचा प्रयत्न करत असतील," एका यादवकुमाराने तर्क सांगितला.

"मला वाटते, भ्राता सांबाने एकट्याने जाऊ नये," दुसऱ्या यादवकुमाराने शंका व्यक्त केली.

"मलाही वाटते, सांबाने एकटे न जाता, दोन-तीन साथीदारांसह संध्याकाळी ज्येष्ठ पिताश्रींचे क्षेमकुशल विचारण्यास त्यांच्या महाली जावो," तिसऱ्या कुमाराने योजना अधिक स्पष्ट केली.

"ठीक आहे," सांब उत्तरला. "भ्राता सारण आणि कुमार यशोधर यांना मी माझ्याबरोबर नेतो."

"कुमार सारण आणि कुमार यशोधर," प्रद्युम्नाने दोघांना साद घालून विचारले, "तुम्हा दोघांना भ्राता सांबाबरोबर जाणे मंजूर आहे?"

"होय," सारण आणि यशोधर एकदम उत्तरले.

सरत्या संध्याकाळी हे कुमार पायीच बलरामाच्या महाली जाण्यास निघाले. ते तिथवर पोहोचले, तेव्हा द्वारकेच्या दुर्गावर रात्रीचा पहिला प्रहर सूचित करणारा ठोका पडत होता. महालाच्या प्रवेशद्वाराशी मशाली प्रज्वलित झाल्या होत्या. गोधन परतले होते. सायंकाळी गायींच्या पावलांनी हवेत उडणारी गोधुली आता शमली होती. मंदिरात सांध्य आरतीचा घंटारव सुरू झाला होता.

सांब, सारण आणि यशोधर बलरामाच्या महालाशी थबकले. दाराशी उभ्या असलेल्या द्वारपालाची त्यांच्यावर नजर पडली. अश्व वा रथाविना कुमारांचे पायी येणे द्वारपालास चकित करणारे होते. तरी हातातील शस्त्र नमवून तो म्हणाला, "कुमारांचे स्वागत असो."

"ज्येष्ठ पिताश्रींना आमचे वंदन कळवा." सांब सत्तावाही स्वरात म्हणाला.

"महाराज इतक्यातच उद्यानात गेले आहेत." द्वारपाल म्हणाला, "ते एकटेच आहेत; पण..." द्वारपाल सूचकपणे किंचित अडखळला.

"पण काय?" सांबाने द्वारपालाच्या निकट जाऊन विचारले.

"आपण तर जाणताच, कुमार!" द्वारपाल पुटपुटला. "महाराज उग्रसेनांच्या मद्यबंदीच्या घोषणेने..."

"त्या घोषणेचे काय?" अगदी निकट पोहोचलेल्या सारणाने उत्सुक; पण हळू स्वरात विचारले.

"यदुवीर संकर्षण बलराम या घोषणेमुळे अत्यंत व्यथित झाले आहेत..."

बलराम व्यथित असल्याचे सांगून द्वारपालाने पुढे जे सांगितले, ते या कुमारांच्या पथ्यावर पडणारे होते. द्वारपाल बोलतच होता, "आत्ता उद्यानात महाराज बलराम व्यथा हलकी करण्यास प्रिय अशा विविध मद्यांची मदत घेत असल्याने, ते तुम्हाला दर्शन नाकारण्याची शक्यता आहे." द्वारपालाने कथनाची पूर्णाहुती केली.

ही माहिती या कुमारांना अत्यंत अनपेक्षित आणि धक्कादायक वाटली. क्षणार्धात सांबाच्या मुद्रेवर विविध हिशेब उसळले आणि लुप्तही झाले; पण त्यात बलरामांनी दर्शनास नकार दिल्याचे दुःख मात्र नव्हते. त्याची सूचक नजर सारणाकडे वळली. सारण बोलायला तोंड उघडत असल्याचे जाणवून सांबाने त्यास इशाऱ्याने थांबवले. घाईने द्वारपालाकडे बघत तो म्हणाला, "ठीक आहे द्वारपाल! असू दे. ज्येष्ठ पिताश्रींच्या व्यथेत भर घालण्याची आमचीही इच्छा नाही. ते परतले की, त्यांना आमचा प्रणाम अवश्य पोहोचवा."

❖

१

महाकाळाची चाहूल

सारणास सांबाच्या वर्तनाचा उलगडा होईना. बलरामास भेटून जो तर्क त्यांच्या कानी घालायला ते इथवर आले होते, तो तर्क न सांगता परतण्याची घाई सांब का करत होता, ते त्याला कळेना. तेही द्वारपालाने दिलेली माहिती उत्तेजक असून? सारणाच्या मनातील चलबिचल सांबास जाणवली आणि तो पुन्हा बोलायला तोंड उघडण्याची शक्यताही! म्हणून त्याचा हात धरून सांब घाईने द्वारपालाच्या विरुद्ध दिशेस तरातरा चालू लागला.

''सारणा,'' द्वारपालापासून बरेच दूर पोहोचल्यावर, उत्साह व्यक्त करण्यासाठी तो हळूच पुटपुटला. ''आता ज्येष्ठ पिताश्रींना सांगण्याजोगे काही उरलेले नाही.''

''का?'' सारणाने गोंधळून विचारले. ''तुला काय म्हणायचे आहे, ते मला कळले नाही. खुद्द ज्येष्ठ पिताश्री मद्यपान करत असताना...''

''कायदा आपल्यासाठी आपसूक शिथिल झाला म्हणायचा!'' सारणाच्या दिशेस झुकून सांब म्हणाला. ''आता कुणाच्या अनुज्ञेचा प्रश्न उरतच नाही. जशी ज्येष्ठ पिताश्रींनी या घोषणेतून वाकडी वाट काढली आहे, तशी आपणही...''

सांबाचा विचार सारणास अगदी नवा वाटला. या दिशेने विचार करू शकणाऱ्या सांबाकडे त्याने आदराने बघितले.

''म्हणजे ज्या रीतीने ज्येष्ठ पिताश्री त्यांच्या महालात या घोषणेविरुद्ध वर्तन करत आहेत, त्या रीतीने नाही.'' सांबाच्या स्वरात बेरकीपणा उतरला. ''महाराजांनी

द्वारकेत मद्यबंदीची घोषणा केली. द्वारकेबाहेर जे करण्यात येईल, त्यास कायदा स्पर्शत नाही.'' सांबाच्या मुद्रेवर गोड स्मित उमटले.

जवळच असलेल्या अश्वशाळेतून घोडा खिंकाळल्याचा आवाज आला. दूरवर कुत्रा भुंकत होता. गोधुलीवेळी उसळलेले रजकण आता पूर्णतया शमले होते. दिवसाच्या उरल्या सुरल्या प्रकाशाचाही लोप झाला होता. सर्वत्र अंधाराचे राज्य पसरले होते.

''पण ही गुप्त व्यवस्था पिताश्रींना कळली तर त्यांच्या रोषास पारावार उरणार नाही.'' सारणाच्या स्वरात भय होते.

''तू म्हणतोस ते खरे आहे,'' आश्वासक स्वरात सांब म्हणाला. ''पण त्या वेळी ज्येष्ठ पिताश्रींचा अपराध अधिक गंभीर ठरेल आणि आपल्या अपराधाचे गांभीर्य आपसूक कमी होईल. हा विचार करूनच मी ज्येष्ठ पिताश्रींना भेटण्याचा विचार रहित केला.''

''तू म्हणतोस ते तर्कसंगत आहे; पण ज्येष्ठ भ्राता प्रद्युम्न तयार होणार नाही, अशी मला काळजी वाटते. कारण प्रद्युम्न आपल्याहून पिताश्रींना अधिक प्रिय आहेत.''

''ते मी जाणतो; पण पिताश्रींच्या मनात कुमार प्रद्युम्नासाठी प्रेम आहे, तितकेच प्रद्युम्नाच्या मनात मदिरेविषयी प्रेम आहे, हेही मी जाणतो. मला खात्री वाटते की, पिताश्री स्वप्रीतीचे रक्षण करतील आणि भ्राता प्रद्युम्न मद्यप्रीतीचे!'' सारणास टाळी देत सांब हसत म्हणाला.

मशालीच्या मंद प्रकाशात ते वेगाने चालू लागले.

दुसऱ्या दिवशी सकाळी सर्व यादवकुमार आदल्या रात्रीची हकिकत जाणून घेण्यास द्वारकेच्या दुर्गाबाहेर जमले. सांबाने समग्र हकिकत आणि तिचे अर्थघटन कथन केले. ते ऐकून सारेच मोहरले. योजना सर्वांना नीट समजावण्यासाठी सांब पुढे म्हणाला, ''महाराज उग्रसेनांच्या मद्यबंदीच्या घोषणेचे उल्लंघन आपण करू शकणार नाही. आपण या घोषणेचे शब्द नीट लक्षात ठेवायचे आहेत. त्यानुसार महाराजांनी केलेली मद्यबंदी द्वारकापुरीसाठी सीमित ठरेल.''

''बरोबर आहे.'' दोन-तीन यादवकुमार एकदम म्हणाले.

''दुर्गाबाहेरील परिसर द्वारका ठरत नाही. म्हणून दुर्गाबाहेर या घोषणेचा बाऊ करण्याचे कारण नाही.'' सांबाचे शब्द साऱ्यांच्या मनात उत्साहाचे सिंचन करणारे होते. काही यादवकुमारांनी या चतुर मथितार्थासाठी त्याची पाठ थोपटली.

''आपण काल म्हटले की, खऱ्या अर्थाने या घोषणेस यादवसभेचे अनुमोदन नाही, ते सिद्ध झाले.''

''होय. म्हणून द्वारकापुरीची सीमा ओलांडली की, ही घोषणा अर्थहीन ठरवणे

आणि तिने पालन न करणे सहज जमणार आहे.'' दुसरा यादवकुमार उत्साहाने म्हणाला.

निरभ्र आकाशास प्रकाशित करणाऱ्या सूर्याचे तेज अचानक ओसरले. कुणी तरी वर बघितले तर एक काळा मेघ सूर्यावर चाल करून येत असल्याचे अनपेक्षित दृश्य साकार होत होते. दूरवरच्या रैवतक पर्वताच्या पायथ्याशी चरणारी एक गाय अचानक विपरीत रीतीने हंबरली.

''या मजेसाठी आपण समुद्राच्या उत्तर दिशेस वसलेल्या वृक्षराजींच्या परिसरावर पसंतीची मोहोर मारू. या वृक्षराजीस उंच टेकड्यांचा घेरा आहे. समस्त परिसर निर्जन आहे. तिथे कुणाची नजर पडण्याची शक्यताही नाही.''

साऱ्यांना कुमार सारणाने सुचवलेले स्थळ पसंत पडले. त्यांनी हर्षोद्गार काढून होकार दिला तसेच आनंद व्यक्त केला.

''कुमारांनो, तुम्हाला एका गोष्टीचे विस्मरण होत आहे,'' ज्येष्ठत्वाच्या जबाबदारीने प्रद्युम्न म्हणाला.

साऱ्यांनी चमकून गंभीर स्वरात बोलणाऱ्या प्रद्युम्नाकडे बघितले. त्यांच्या मुखावर भय मुखरीत झाले होते. प्रद्युम्न बोलू लागला, ''मद्यबंदीची घोषणा भले महाराज उग्रसेन यांनी केली असेल; तरी ती पिताश्रींच्या विचारास दिलेली अनुमती आहे. घोषणापत्राच्या शब्दांना वाकवून, वळवून आपण जो तर्क मांडत आहोत, तो पिताश्रींच्या समक्ष टिकाव धरू शकणार नाही. जेव्हा आपला अपराध त्यांच्या कानी पडेल...''

''तेव्हा आपण ज्येष्ठ पिताश्रींचे अर्थघटन त्यांच्यासमोर धरू.'' प्रद्युम्नाचे बोलणे पूर्ण होण्याची वाट न बघता सांबाने समस्यामुक्तीचा मार्ग दाखवला.

''सांबाच्या तर्कात तथ्य आहे.'' त्याला अनुमोदन देत सारण म्हणाला, ''जेव्हा पिताश्री या तर्काला विरोध करतील, तेव्हा आपण ज्येष्ठ पिताश्रींचे समर्थन त्यांच्यासमोर धरू. सदैव ज्येष्ठ भ्रात्याच्या सन्मानाची ओज राखणारे पिताश्री मग गोंधळतील. त्यांचे गोंधळणे आपल्या पथ्यावर पडेल.''

''खरे आहे. त्यांचे गोंधळणे आपल्या प्रमोदास पोषक ठरेल.'' एक यादवकुमार उत्साहाने म्हणाला.

कुमार प्रद्युम्न क्षणभर विचारात पडला. सांब, सारण आणि इतर यादवकुमारांच्या तर्कात षड्यंत्राचा दुर्गंध मिसळला आहे असे त्याला वाटले. या बेतास तो तत्काळ अनुमती देऊ शकला नाही; पण नकार देण्यायोग्य तर्क सुचेना आणि मद्यप्रीती तो सुचूही देईना.

प्रद्युम्नाच्या मौनास संमती समजणे यादवकुमारांना सोईचे वाटले. लगेच त्यांनी उत्तरेच्या निर्जन वनराईकडे धूम ठोकली. स्तब्ध अवस्थेत जागीच खिळलेल्या

प्रद्युम्नाने एकदा द्वारकेच्या दुर्गाकडे बघितले. क्षणभर त्याची नजर दुर्गावर फडकणाऱ्या ध्वजावर स्थिरावली! पण तो फार काळ तिकडे बघू शकला नाही. त्याची नजर झुकली. झुकल्या नजरेस यादवकुमारांची जाती पावले दिसली. त्यांच्यात आणि प्रद्युम्नामध्ये बरेच अंतर पडले होते. म्हणून प्रद्युम्न त्यांच्यामागून धावत सुटला.

काही दिवसांपासून ज्येष्ठ भ्राता बलरामाचे यादवसभेत येणे अनियमित बनले होते. आला तरी ते खूप उशिरा सभास्थानी पोहोचत. बहुतेकदा यादवसभेचे निर्णय घोषित होण्यापूर्वीच निघून जात. सभा संपेतो थांबला तरी सभासमाप्ती जाहीर होताच कुणाशीही न बोलता निघून जात. श्रीकृष्णास हे वर्तन गोंधळात टाकत होते. म्हणून दोनदा बलरामाच्या भेटीसाठी तो त्यांच्या महाली गेला; पण दोन्ही वेळा द्वारपालाने 'महाराज झोपले आहेत' वा 'समुद्र तटावर कोणत्याशा आश्रमात गेले आहेत,' असे सांगून निरोप दिला होता. भेट घडत नसल्याने श्रीकृष्ण बुचकळ्यात पडला होता. नवल वाटत होते त्याहून अधिक काळजी वाटत होती. श्रीकृष्ण बंधुभेटीस त्यांच्या महाली गेला, त्या नंतरच्या दिवशी, आपण येणार नसल्याचा संकेत दिला नसूनही बलराम यादवसभेत हजर राहिला नाही. श्रीकृष्णास ज्येष्ठ भ्रात्याचे वर्तन रहस्यपूर्ण वाटत होते. यापूर्वी असे कधी घडले नव्हते.

श्रीकृष्णागमनाची वार्ता बलरामाला कळली होती. नव्हे तो येईल, ही अपेक्षा असल्याने त्याने श्रीकृष्ण आला तर त्याला काय सांगायचे ते द्वारपालास सांगून ठेवले होते. मद्यबंदीची घोषणा झाल्यापासून, पूर्वसूचना न देता कुणी भेटीस येऊ नये, याची तो काळजी घेई. घोषणेकडे दुर्लक्ष केले आणि या संदर्भात स्वतःस योग्य वाटणारा तर्क त्यांनी शोधला असला तरी ही आत्मप्रतारणा आहे, हे त्याला स्वतःलाही ठाऊक होते. मन सतत द्विधेच्या कातरीत कातरले जात होते. मद्यनिषेधाचा अर्थ स्पष्ट असून तो त्या नियमाचे पालन करू शकत नव्हता. स्वतःच्या दुबळेपणाची त्याला जाणीव होती आणि लज्जाही वाटत होती. पत्नी रेवतीने त्यास भानावर आणण्याचा प्रयास करून पत्निधर्म निभावला, हे कळत होते; पण तो मद्याचे ममत्व त्यजू शकत नव्हता. रोज ठरावीक प्रमाणात मद्य प्राशन केल्यावर तो उद्यापासून मद्य न घेण्याचा मनोमन निश्चय करत असे. पण रोजच 'उद्या' 'आज' बनत असे. पुन्हा मन शिथिलता अनुभवत असे आणि...

यादवसभेतील अनियमित उपस्थिती इतरांच्या लक्षात आली नाही, तरी सतर्क कृष्णास ती नक्की जाणवेल; याविषयी त्याच्या मनात तिळमात्र शंका नव्हती. त्या अनुपस्थितीचा मथितार्थ कृष्णास कळेल, हेही त्याला कळत होते. मद्यपान करत असताना, कृष्णागमन होण्याची शक्यताही दिसत होती. पूर्वसूचना न देता खूपदा कृष्ण प्रणाम करायला वा सहजही ज्येष्ठ भ्रात्याच्या महाली येई, ते बलरामास

आवडत असे. म्हणजे कृष्णागमन ही बलरामाच्या महालात अप्रिय वा नवलप्रद घटना नसे; पण तोवर परिस्थिती वेगळी होती. आता मद्यपान करत असताना कृष्णागमन होणे रुचणार नव्हते. मर्यादेचा लोप करून श्रीकृष्ण ज्येष्ठ भ्रात्यास काही म्हणाला नसता. तरी ज्येष्ठ बंधूने यादवसभेत घोषित झालेल्या मद्यबंदीचा भंग केल्याने अनुजाच्या श्रीमुखावर व्यथा उमटेल, हे बलराम कल्पनेतही सहन करू शकणार नव्हता. अनुज कृष्णाविषयी त्याच्या मनात अपार माया! त्यास दुखवणे बलरामास असह्य वाटे. असे घडल्यास आपण कृष्णनजरेस नजर देऊ शकणार नाही की ते सहन करू शकणार नाही, याची त्यास जाणीव होती.

त्यात एका सायंकाळी सांब आणि सारण दोघे भेटायला आले आणि द्वारपालास भेटून परतले, हा वृत्तान्त द्वारपालाने सांगितला. बलरामाचे चित्त सैरभैर झाले. सांब, सारण आणि इतर यादवकुमारांची मद्यप्रीती तो जाणून होता; त्यामुळे ते भेटायला आले आणि न भेटता निघून गेले, या दोन्ही घटनांचा मथितार्थ त्यास चकित आणि चिंतित करणारा होता. त्याने द्वारपालास समग्र संवाद कथन करण्याचा आदेश दिला. द्वारपालास चूक कळली आणि आता दंड भोगावा लागेल, या कल्पनेने तो भयभीत झाला तरी त्याने सत्याची कास सोडली नाही. आपल्या महाली मद्यपान होते, ही वार्ता यादवकुमारांपर्यंत पोहोचल्याची बलरामास जाणीव झाली.

बलरामास कुमारांच्या संदर्भात चिंता नव्हती. सारे यादवकुमार मद्यप्रेमी असल्याचे तो जाणून होता. कुणाच्या नजरेस मद्यपान पडू नये, यासाठी अधिक सतर्कता बाळगायला हवी, हे बलरामास नेमकेपणी उमगले. विशेषतः मनात कृष्णचिंता होती. कृष्ण अचानक समोर आला आणि ज्येष्ठ बंधूस मद्यपान करताना बघून त्याला धक्का बसला तर... या प्रश्नाचा त्याने धसका घेतला. ती कल्पनाही त्याला असह्य वाटली. तरी - तरीही तो मद्यत्याग मात्र करू शकला नाही. म्हणून परिस्थिती अत्यंत बिकट आणि नाजूक बनली.

लज्जास्पद परिस्थिती निर्माण होणे टाळण्याच्या उद्देशाने त्यांनी द्वारपालास कडक आदेश दिला. यापुढे कुणी अतिथी भेटीस आला तर त्याचा योग्य रीतीने सत्कार करून त्यास अतिथिगृहात न्यावे. जर यादव परिवारातील कुणी आले तर त्यांना महाराज बलराम महालात नसल्याचे सांगावे. सारे हे असत्य असल्याचा तर्क करणार होते, कारण बलराम कधी महालाबाहेर जात नसे. कृष्णासमक्ष ज्येष्ठ भ्राता मद्यपान करण्याचे दृश्य साकार होण्यापेक्षा हे असत्य वचन - तेही द्वारपालाकडून होणे बलरामास ठीक वाटले. समस्येची तीव्रता कमी करण्यासाठी बलरामाने या किंचित असत्याचे अवलंबन बरे ठरवले.

यादवसभेत जाणे पूर्णतया बंद करणे त्याला जमले नाही. सततची अनुपस्थिती लोकांच्या नजरेत भरण्याची शक्यता होती. तर्क-कुतर्कांना उधाण येणे त्याला नको

होते. म्हणून स्वस्थपणाचा मुखवटा धारण करून तो यादवसभेत जात असे. तिथे कुणाची - विशेषतः कृष्णाची गाठ पडू नये, यासाठी तो सतर्क प्रयास करत असे. कधी तो थोडा उशिरा जाई अणि सभा संपल्याची घोषणा होण्यापूर्वीच निघून जाई. हा सभेच्या औचित्याचा भंग आहे, हे त्याला कळत होते; पण दुसरा पर्याय त्याला सुचला नाही. मद्याचे व्यसन त्याच्याकडून विपरीत वर्तन करून घेत होते.

श्रीकृष्णास वाटले, द्वारकेच्या महालांच्या भिंतीवर या शब्दांचे वारंवार प्रतिध्वनी उमटत आहेत. माता गांधारीचा शाप वास्तविकपणे धारण करण्याचा हा प्रारंभ तर नसावा?

❖

१०

कृष्ण! तुम्ही माझ्या सोबतच आहात!

त्या दिवशी श्रीकृष्ण शयनगृहात प्रवेशला, तेव्हा रात्रीचा दुसरा प्रहर संपायला आला होता. द्वारकेत तर असे क्वचितच घडे. अतिथीचे आगमन झाले असेल वा राज्याच्या संदर्भात महत्त्वाचे काम निघाले तर विलंब होई. आज असे कारण नव्हते. श्रीकृष्णाचे वेळेवर शयनगृहात आगमन अपेक्षित होते. म्हणून रुक्मिणीची चुळबूळ चालली होती.

शयनगृहात प्रवेशून श्रीकृष्ण मंचकारूढ झाला. रुक्मिणी पतीची मुद्रा निरखत होती. अनेक वर्षे असलेले भुवनमोहक स्मित श्रीकृष्णमुखी दृग्गोचर होत होते. त्यात काही वेगळे वा विशेष भाव उमटल्याचे जाणवले नाही.

''स्वामी!'' मंचकाजवळच्या चौरंगावर बसत रुक्मिणी किंचित हसत म्हणाली. ''आज यादवसभेत विशेष प्रश्न चर्चेसाठी आला की काय?''

पत्नीचा संकेत उशीर होण्याकडे असल्याचे श्रीकृष्णास अलगद कळले. तो मृदू स्वरात उत्तरला, ''देवी, राजकाज आता मार्गी लागले आहे. आर्यावर्तात समस्या उरली नाही, असे वाटू लागले आहे.''

''तसे असल्यास जनार्दन, मला माझ्या समस्येचे निराकरण करण्याची तुम्हाला तसदी द्यायची आहे. सांगू?'' अचानक गांभीर्य धारण करत रुक्मिणीने विचारले.

"तुमची समस्या ही माझीही समस्या आहे, देवी! सांगा, समस्या म्हणण्याजोगे जीवनात काय घडले?" श्रीकृष्णाने किंचित हसत विचारले.

"बऱ्याच दिवसांपासून पुत्र प्रद्युम्न, पुत्र सांब वा सारण आपल्याला वंदन करण्यास आलेले नाहीत. तुमची आणि त्यांची यादवसभेत तरी भेट होत असेल; पण माझे तसे कुठे आहे? म्हणून मला काळजी वाटली." रुक्मिणी चिंतित स्वरात म्हणाली.

पत्नीच्या शब्दांनी कृष्णमनास धक्का दिला. जो विचार तो ज्येष्ठ भ्राता बलरामाच्या संदर्भात करत होता, त्याच विचाराचा संकेत पत्नीच्या बोलण्यात पुत्रांच्या वर्तनाच्या संदर्भातही मिळत आहे, या संशयाने तो सावध झाला. रुक्मिणी बोलतच होती...

"बरेच दिवसांत मुले भेटली नाहीत तर आपण त्यांच्या भेटीस जावे, असा विचार करून त्यांचे क्षेमकुशल विचारायला मी त्यांच्या महाली गेले."

"मग? मग काय देवी? तुम्ही पुत्रांना भेटलात ना?" पत्नीवर नजर स्थिरावून श्रीकृष्णाने विचारले.

"नाही, इथेच समस्येचा उद्‌भव झाला आहे, स्वामी!" रुक्मिणी अस्वस्थ स्वरात उत्तरली. "सांब व सारण महाली नव्हते. पुत्र प्रद्युम्न निद्राधीन झाल्याचे सांगण्यात आले. कुणाची भेट घडलीच नाही."

श्रीकृष्णमुखातून अवश निःश्वास निसटला. जो अनुभव त्याला बलरामाच्या महाली आला होता, त्याचेच पुनरावर्तन! निद्राधीन पुत्र प्रद्युम्न मातेच्या स्वागतास उठू शकला नाही? पूर्वी असे घडत नसे. शिवाय रुक्मिणी निश्चितच निद्राधीन होण्याच्या वेळी भेटीस गेली नसेल. सांब व सारण महाली असतील अशा वेळीच भेटीस गेली असणार. माता भेटीस आली असून असे घडले म्हणजे याचा अर्थ...

"स्वामी, आपले पुत्र आताशा आपली भेट घेऊन अभिवादन करण्यात टाळाटाळ करतात असे नाही वाटत तुम्हाला? तसे काही कारण घडले आहे का? मला हा संशय फार व्यथित करतो."

पत्नीचा तर्क योग्य असल्याचे जाणवत असूनही तो तसे सांगू शकला नाही. या अनुत्साहापाठी मद्यबंदी कारण आहे, असे त्यास खात्रीपूर्वक वाटत होते. पूर्वी मुले अभिवादनासाठी येत, तेव्हा काही वेळा त्यांच्यावर मद्याचा प्रभाव स्पष्ट दिसत असे; पण तेव्हा मद्यबंदी नव्हती. महर्षी कश्यपांनी शाप दिल्यावर निघालेल्या या राजाज्ञेचे कडक पालन व्हावे असे यादवसभेत श्रीकृष्णाने ठामपणे सांगितले होते. तसे घडले तरच यादवांचा अंतकालापर्यंतचा प्रवास ताठ मानेने होऊ शकेल, असे त्याने स्पष्ट शब्दांत सांगितले होते. अंतसमय निश्चित होता आणि अंत अवश्यभावी सत्य असणेही श्रीकृष्णास योग्य वाटत होते. फक्त तो गौरवप्रद रीतीने व्हावा,

अशी त्याची इच्छा होती.

"मानवजीवन फार गुंतागुंतीचे आहे, देवी!" स्पष्ट बोलणे टाळून कृष्ण म्हणाला. "प्रत्येक संबंधाची विशिष्ट मर्यादा असते."

"म्हणजे?" रुक्मिणी गोंधळली.

"प्रत्येक गोष्टीचा समग्रतेने अर्थ प्राप्त करण्याचा आग्रह ठेवू नये देवी! जेव्हा समग्रतेने आपसूक अर्थ प्रकट होईल, तेव्हा त्याचा सहज भावनेने स्वीकार करावा. तेच कोणत्याही समस्येचे समाधान असते."

पती उत्तर देऊ इच्छित नाहीत, हे रुक्मिणीने ओळखले. हट्ट वा वाद हे तिचे स्वभावविशेष नव्हते. श्रीकृष्णाचे म्हणणे तिला खूपदा नीटसे कळत नसे; पण पतीने विषय गुंडाळला की, ती थांबे. या मुद्द्यावरही तिने वाद घातला नाही; पण तिच्या तोंडून निःश्वास निसटल्याविना राहिला नाही.

दुर्गावर रात्रीचा दुसरा प्रहर संपल्याचे टोले पडू लागले.

समस्येचे निराकरण झाले नसले तरी मनोवेदनेस पतीसमक्ष वाचा फोडल्याने रुक्मिणीला बरे वाटले. ती गाढ झोपी गेली; पण श्रीकृष्णाची झोप उडाली होती. रात्रीचा तिसरा प्रहर संपत आला तरी तो तारवटल्या नजरेने मशालींच्या मंद प्रकाशाकडे बघत होता. प्रकाशात उमटणाऱ्या लांबट आणि विपरीत सावल्या विचित्र सृष्टीची निर्मिती करत आहेत, असे त्याला वाटत राहिले. पत्नी चिंतित आणि व्यथित होऊ नये, या हेतूने त्याने स्वतःची धारणा तिच्यासमक्ष व्यक्त केली नाही. तरी ती धारणा आता खात्रीच्या कक्षेस पोहोचली होती. ती आपल्या शब्दास प्रमाण मानणार असल्याची त्याला जाणीव होती. दिलेल्या उत्तरावर समाधान मानून ती निद्राधीन झाली - होऊ शकली, ते त्याला आवडले. पुत्रांनी केलेला राजाज्ञाभंग मातेस न सांगणेच बरे, असे त्याला वाटले. अस्वस्थ पत्नीस शांतवण्यात यशस्वी झालेल्या श्रीकृष्णास हे यश मात्र समाधान देईना. उलट त्याच्या मनावर ते बोजा निर्माण करत होते. ठाऊक असलेले पत्नीस न सांगणे हे पतिपत्नीच्या संबंधांत अयोग्य ठरते, हा विचार त्याला अस्वस्थ करत होता. पतिपत्नी संबंधांत मने स्फटिकासारखी पारदर्शक आणि सहज वाचता येतील अशी असावीत, असे त्याचे मत असूनही पत्नीस मन वाचता येऊ नये, अशी अनाम अदृश्य भिंत, स्वतःच उभारल्याचा दुःखद संकेत त्याला प्राप्त झाला.

जवळच्या मंचकावर रुक्मिणी असूनही त्याला एकाकी वाटू लागले. शयनगृहातच नव्हे; तर समग्र प्रासादात हे एकाकीपण व्यापले आहे, नव्हे हा व्याप्त समस्त द्वारकेस कवेत घेत आहे, असे वाटले. पिंडाचा अंश ठरणारे पुत्र आणि पुत्रवत प्रेम करणाऱ्या ज्येष्ठ भ्राता बलरामास स्थूल वस्तूच्या प्रेमापोटी निर्माल्य समजून आपला त्याग करणे योग्य वाटणे, ही भावना सुखद कशी वाटेल?

पत्नी, पुत्र, भ्राता... सारे आपणास त्याज्य समजू लागल्याची दुःखद भावना श्रीकृष्णास घेरू लागली.

श्रीकृष्ण मंचकावरून उठला. मंचकापाशी पायदानावर खडावा होत्या; पण आवाजाने रुक्मिणीचा निद्राभंग होईल आणि पुन्हा प्रश्नचक्र सुरू होईल, या भयाने त्याने खडावा धारण केल्या नाहीत. तो अनवाणीच गवाक्षापाशी आला. समग्र ब्रह्मांड आकाश उजळत होते.

किंचित अंतरावर दुर्गाच्या भिंतींशी समुद्राच्या लाटा लडिवाळपणे आपटत होत्या. रात्रीच्या शांततेत त्यांचा गंभीर ध्वनी ऐकू येत होता. द्वारकेच्या दक्षिणेस वाहणाऱ्या गोमती नदीचा प्रवाहही तिथून दिसत होता. गोमतीचा हा जलप्रवाह... हृदयात अचानक लकलकले. नकळत श्यामल जल स्मरणपातळीवर आले. कालिंदीच्या पुष्ट प्रवाहाच्या स्मृतींनी जणू समोर दिसणाऱ्या गोमतीच्या क्षीण प्रवाहास दूर लोटले. यमुनेचे दर्शन घडले, त्यावरून युगसदृश कालखंड वाहून गेला होता. केवळ प्रवाहाचा नव्हे, तर यमुनेकाठी कदंब वृक्षाखाली हंबरणाऱ्या गायींचाही आवाज कृष्णमनात रुंजी घालू लागला. नकळत त्याची नजर पूर्वेस वळली. पूर्वेस गोकुळ, मथुरा आणि वृंदावन होते ना!

अजून वातावरणात प्रातःकाळच्या शैत्याचा प्रवेश झाला नव्हता. तरी प्रातःकाळच्या गारव्याने देहावर शहारा येतो आहे, असे वाटले. निद्रिस्त द्वारकेच्या महालांची शिखरे जणू आता दिसत नव्हती. यमुनाकाठ, तमालवृक्ष, कदंबवृक्ष, मयुरांचा केकारव, प्रवाहाबाहेर ये-जा करणारी कासवे... सारे समग्रतेने नजरेसमोर साकार होऊ लागले. नकळत नजर निरभ्र आकाशाकडे वळली. मंगळाचा लालसर तारा गुलाबी प्रकाश फेकत होता. उजव्या बाजूचा ताऱ्यांचा समूह, तपश्चर्येत मग्न असल्यागत दिसत होता. त्याच्या पश्चिमेस असलेले देवयानी नक्षत्र, जणू कुठल्याशा देवतेची प्रतीक्षा करत होते. हा मंगळाचा तारा... गोकुळाचा निरोप घेऊन मथुरेस जाण्याआधीची रात्र श्रीकृष्णास आठवली.

प्रातःकाळी अक्रूरांबरोबर कंसाच्या सभेत उपस्थित राहण्यासाठी मथुरेस जायचे होते. समस्त गोकुळास कंसाच्या निमंत्रणामागचा आशय कळला होता. श्रीकृष्णाची हत्या करण्याची योजना आहे, हे सारे जाणून होते; पण विरोध करण्याचे सामर्थ्य नसलेले गोकुळवासी अगतिक होते. अक्रूरांवर विश्वास ठेवून बलराम-कृष्णास मथुरेस पाठवण्याशिवाय पर्याय नव्हता. सारे गोकुळवासी उरात चिंता दडवून शुभकामना व्यक्त करत निरोप देत होते. प्रत्येकाच्या मुखावर असीम काळजी स्पष्ट दिसत होती. अपवाद केवळ राधेचा! साऱ्यांच्या गाठी-भेटी संपता संपता रात्र गहिरी झाली तरी तिने निरोप दिला नव्हता. कृष्णविरहाची व्यथा किंवा कृष्णचिंता दूर;

तिच्या मुखावर कृष्ण दिग्विजयास जात असल्याचा उत्साह चमकत होता. दिवसभर ती हसत होती, गात होती, नाचत होती. आनंदाच्या उत्साहात तिने कित्येक कामे लीलया संपवली. समस्त गोकुळाच्या वातावरणात असलेला काळजीचा असीम भार, तिला जणू स्पर्शतच नव्हता.

रात्र गहिरी बनून अंधार गाढ झाला, तेव्हा गोकुळातील जनता आपापल्या घरी गेली. गोकुळ निद्राधीन झाले तरी राधेचा उत्साह शमला नाही की तिच्या नजरेत निद्रेची चाहूल उमटली नाही. म्हणून साक्षात कृष्णमनात प्रश्न दाटला, ''विरहाच्या हळव्या क्षणी राधा प्रसन्न आणि निश्चिंत कशी?''

ती यमुनेच्या वाहत्या प्रवाहात पाय सोडून शांत बसली होती. विशेष काही घडले नसल्यागत! इतकी सहजता तिच्या वर्तनात कशी? हा प्रश्न कृष्णमनात गोंधळ उत्पन्न करत असताना, नेहमीच्या सवयीप्रमाणे मिश्कील हसत तिने कृष्णावर पाणी उडवले.

ती रात्र अशीच तर होती. हा मंगळ, हे सप्तर्षी आणि देवयानी सारे काही आकाशगंगेत आज दिसत आहेत तसेच यमुनेचा प्रवाह न्याहाळत होते.

''राधे!'' श्रीकृष्ण म्हणाला. ''प्रातःकाळी मी मथुरेस जाणार म्हणून तुला काळजी वाटत नाही?''

''काळजी?'' राधेने सहज स्वरात प्रतिप्रश्न विचारला. ''तुम्ही गोकुळ सोडून जात आहात, असे मला वाटतच नाही.''

''उद्या सकाळी मी यमुनातटी नसेन, राधे तुला हे ठाऊक आहे. महाराज कंसांच्या उद्देशाची आपण फक्त कल्पनाच करू शकतो. मथुरेत माझे काय भवितव्य आहे, ते आपणास ठाऊक नाही.''

''मला ठाऊक आहे,'' राधेच्या स्वरात अपार श्रद्धा व सहजता निनादली. ''मी निश्चिंत आहे.''

''महाराज कंसाची योजना सफळ होण्याची शक्यता आहेच.'' कृष्णाने ठासून सांगितले.

''कंसाच्या योजनेचा मी विचार करतच नाही. कृष्णयोजना सफळ होणार, हेच मी जाणते. त्याविषयी मला तिळमात्र शंका नाही. कंस कृष्णावर मात करू शकणार नाही, या प्रतीतीकर भावनेने, माझा रोम रोम पुलकित होत आहे. कृष्णाचा कधी पराभव होणार नाही.'' राधेच्या स्वर-शब्दांत प्रतीत होणारी नितांत श्रद्धा आणि विश्वास कृष्णास स्तब्ध करणारा होता.

त्या घटनेवरून इतका काळ लोटल्यावर - युगाचा अंत साकार होण्याचा क्षण समीप येत असताना, श्रीकृष्णास राधेची असीम श्रद्धा श्वासात भरून घ्यावीशी

वाटली. मथुरेच्या कंसाचा वध ही कृष्णविजय सिद्ध करणारी घटना नसून राधेच्या असीम श्रद्धेचा विजय होता, या भावनेने श्रीकृष्णाच्या देहावर शहारा फुलला. युगाच्या आरंभकाली फुललेला शहारा युगांतावेळी पुन्हा संजीवन झाला.

कुरुक्षेत्राच्या महायुद्धाच्या सतराव्या दिवशी कर्ण आणि अर्जुनात निर्णायक युद्ध होणार होते, तेव्हा अर्जुनाने सारथी कृष्णास प्रश्न विचारला, "कृष्ण, आज कर्णाहस्ते माझा वध झाला तर तुम्ही काय कराल?" त्या वेळी नकळत श्रीकृष्ण उद्गारला होता, "अर्जुना, कर्ण तुझा वध करू शकणार नाही. आजच्या युद्धात कर्णवध करणाऱ्या तुला विजयश्री वरणार आहे." या उत्तराचे मूळ कदाचित राधेच्या श्रद्धेत दडले होते, असे त्याला वाटले. राधेची श्रद्धा फळली होती तशी श्रीकृष्णाचीही! कंसवध करून यादवांचे गणराज्य पुनःस्थापित करण्याचेच यश नव्हे; तर कर्णवध करून अर्जुनाने प्राप्त केलेल्या विजयाचे श्रेयही राधेच्या श्रद्धेचे, असे वाटत असताना 'तो' प्रसंग जणू पुन्हा नजरेसमक्ष साकारला.

"राधे, क्षणभर कल्पना कर की, नको ते घडले आणि मी मथुरेहून परतलो नाही तर?" राधेच्या श्रद्धेची कसोटी करण्याच्या उद्देशाने तेव्हा विचारले होते.

"परत फिरण्याचा प्रश्न, तुम्ही इथून गेलात - जाऊ शकलात तर!" राधेचा स्वर पूर्वीइतकाच सहज आणि स्वस्थ होता. "कृष्ण काल माझ्याबरोबर होते, आज आहेत आणि उद्याही असतील."

"पण आपला संबंध आज संपण्याची शक्यता तुला जाणवत नाही का?"

"आपल्या गाठी-भेटी संपण्याची शक्यता म्हणा, ती आहे." कृष्णमुखावर नजर स्थिरावत राधा स्वस्थ स्वरात उत्तरली. हवेची मंद झुळूक आली आणि कृष्णाच्या मस्तकावरील मोरपिसात आणि राधेच्या पदराच्या सुट्या टोकात थरार दाटला; पण राधेच्या स्वरातील ठामपणा तसाच राहिला. मंद हसत ती म्हणाली, "भेट न होणे म्हणजे संबंध संपणे नसते. आजवर कृष्ण गोकुळाचा होता. आता तो आर्यावर्ताचा होईल; म्हणजे तो राधेचा उरणार नाही, असे नव्हे."

राधेची नजर आकाशाकडे वळली. मंगळाच्या ताऱ्याच्या गुलाबी प्रकाशाचे यमुनाप्रवाहात लोभस प्रतिबिंब पडले होते. आकाशातील मंगळाकडे बोट दाखवत राधा म्हणाली, "कृष्णा, मंगळ, सप्तर्षी, देवयानी... युगायुगांपासून समग्रतेने सृष्टी न्याहाळत आहेत. आज आपण या सौंदर्याचे रसपान करत आहोत. तुम्ही आकाशगंगेसारखे आहात, कृष्णा! कुठेही असलात तरी या तारांगणाच्या माध्यमातून मला कृष्णदर्शन घडेल. राधेची आठवण आली की, राधा तुमची आठवण काढते आहे की नाही, ते या तारांगणास विचारा. ताऱ्याचा प्रत्येक किरण तुम्हाला माझ्या समीपतेची प्रतीती घडवेल."

नकळत श्रीकृष्णनजर आकाशगंगेच्या तारावृंदावर स्थिरावली. त्याने छाती भरून श्वास घेतला. रोमांचक सुगंधाच्या जाणिवेने त्याला पुलकित केले. हवेत केवळ पहाटेचे शैत्य नव्हे; तर अनाम सुगंध मिसळला आहे, असे त्याला वाटले. राधेचे समीपता सूचित करणारा सुगंध! काही क्षणांपूर्वीच्या उद्‌ध्वस्त एकाकीपणास धक्का देणारा सुगंध! एकाकीपणा नष्ट करणारा सुगंध!

❖

११

विनाश नव्हे; पण नवनिर्माण

माध्यान्हापूर्वी द्वारकेस पोहोचणे उद्धवास अपेक्षित होते; तसे झालेही! प्रातःकाळी द्वारकेसाठी प्रस्थान ठेवताना आपण माध्यान्हापूर्वी द्वारकेस पोहोचू, असे वाटले होते. मथुरेचा निरोप घेतला ती घटना आता जुनी झाली होती. तीर्थराज प्रयाग, वाराणसी, पुष्कर... तीर्थधामांचे दर्शन घेऊन तो द्वारकेस परत येत होता. प्रवासाचा थकवा होता; पण दुरून द्वारकेच्या दुर्गावर फडकणारा ध्वज नजरेस पडला आणि सारा शीण दूर पळाला. एक प्रहर प्रवास केला की, तो आप्तस्वकीयांना भेटणार होता. स्वजनांच्या भेटीच्या कल्पनेने त्याला रोमांचित केले. नकळत त्याचा वेग वाढला. किती दिवसांत कृष्णभेट नव्हती. दाऊ बलराम, पिता वसुदेव, महाराज उग्रसेन, ज्येष्ठ यादव अक्रूर तसेच सात्यकी, कृतवर्मा वगैरे मित्रांच्या भेटीच्या कल्पनेने उद्धवाच्या गालात अनोखा उत्साह भरला.

चालता चालता तो एका फाट्याशी थांबला. दोन्ही फाटे द्वारकेस जात होते. उजवा मार्ग जवळचा होता. डाव्या बाजूच्या रैवतक पर्वताचा उतार उतरून द्वारकेस पोहोचता येत असे. रैवतकाचा उतार संपला की, समुद्राच्या तरंगांचा नाद कानी पडत असे. अचानक त्याला समुद्रस्नान केल्याला खूप काळ लोटल्याची जाणीव झाली आणि वाटले, तीर्थाटनाच्या काळात मथुरेस यमुनास्नान, प्रयागचे त्रिवेणीसंगमस्नान,

वाराणसीस गंगास्नान घडले असले तरी समुद्रस्नान, म्हणजे सर्व नद्यांच्या स्नानांची बेरीज! उद्धवाच्या नजरेसमोर सृष्टीच्या आरंभकाली समुद्राच्या तरंगावर शेषशय्या करणारे विष्णू तरळत होते. विष्णूच्या संस्पर्शाने पुनीत झालेल्या समुद्राच्या जलात स्नान करून पवित्र देहाने द्वारकाप्रवेश करण्यात औचित्य आहे, असे वाटून त्याने रैवतक पर्वताची दिशा घेतली.

रैवतकाचे दर्शन घेऊन प्रसन्नता अनुभवत उद्धव जेव्हा समुद्रतटाकी पोहोचला, तेव्हा सूर्याची किरणे प्रखर होऊ लागली होती. समुद्र सन्निध जाऊन त्याने पावले जलात बुडवताच, देहात अजब शैत्यप्रवेश झाल्याच्या विभावनेने त्याला पुलकित केले. आता द्वारकेचा दुर्ग स्पष्ट दिसत होता.

आकाश निरभ्र होते; त्यामुळे दुर्गावरील प्रहरींची हालचाल स्पष्ट दिसत होती. मंद वाहणारा वारा जणू दुर्गावर फडकणाऱ्या ध्वजाशी लडिवाळपणा करत होता. दूरवर यज्ञवेदींतून उठलेल्या धूम्रवलयांची चाहूल लागत असल्यागत उद्धवाचे मन प्रसन्न झाले. रैवतकाच्या पायथ्याशी बसलेल्या गायींचे हंबरणेही मग त्याला विलक्षण मोहक वाटले. अर्घ्यदान करण्यासाठी तो उत्साहाने अंजली भरण्यास खाली वाकला. अंजलीत जल घेऊन त्याने मनापासून दशदिशांच्या देवतांना अर्घ्य अर्पण केले. सागरात उसळणाऱ्या लाटा उद्धवास सचैल स्नान घडवत होत्या. फार काळ न भेटलेल्या सुहृदांस प्रेमळ नजरेने न्हाऊ घालावे तसे उद्धव हे सारे प्रेमाने न्याहाळत होता.

थोडे पुढे सरकून त्याने समुद्रजलात डुबकी मारली. ओल्या देहाने बाहेर येताना त्याचे देहमन अनुपम पावित्र्याचा अनुभव करत होते. आता आपण कृष्णदर्शनाचे अधिकारी बनलो, हा विचार त्याला रोमांचित करत होता. क्षणभर काळाची गती थांबल्याचा भास झाला आणि बाळकृष्णाच्या संगतीत घालवलेले शैशव नजरेसमक्ष तरळू लागले. सूर्याची प्रखर किरणे वातावरणात उष्मा भरत असूनही या आठवणींनी त्याला शहारा आला. पुन्हा जलदेवतेस वंदन करून तो टेकडी चढू लागला.

टेकडीच्या दुसऱ्या बाजूस विपुल वनराई होती. उद्धवास परिचित असणारी! या वनराईत विहार करण्याचा आनंद त्याने खूपदा लुटला होता. अचानक त्याला ही वनराई डोळे भरून बघाविशी वाटली. तिथला सुगंध हवेत भरून द्वारकानगरीत प्रवेश करणाऱ्या वाऱ्याच्या झुळका छातीत भरण्याच्या मोहाने त्याने दिशा बदलली आणि तो वृक्षराजीकडे चालू लागला.

नीरव शांततेत त्याला मंद मानवी आवाज कानी पडल्यासारखे वाटते न वाटते तोच ते आवाज चढत्या क्रमाने तीव्र झाल्याची त्याला जाणीव झाली. पुढे तर आवाजच नव्हे; तर कोलाहल जाणवला. उद्धवास नवल वाटले. वनभोजनाच्या निमित्ताने तरुण यादवकुमार वनराईत जमले असावेत, असे त्याला वाटले. अजून

थोडे अंतर गेल्यावर, हे आवाज अतिपरिचित असल्याचेही जाणवले. त्यातील प्रद्युम्न, सारण, सुचारू आणि सांबास तर त्याने दुरूनच ओळखले. द्वारकेत उत्सव असण्याचा तो दिवस नव्हता. तरी कोणत्या कारणाने आज इथे उत्सव ठरला असल्यास जाणून घ्यावे, असा विचार करून चौकशीसाठी तो पुढे झाला; पण सारे मद्यपानात इतके गर्क होते की, उद्धव अगदी निकट पोहोचेतो कुणाला त्याची चाहूल लागली नाही.

अचानक उद्धव दिसताच सारे दचकले. उद्धव मथुरा आणि नंतर तीर्थाटनास गेल्याचे साऱ्यांना ठाऊक होते. तो अचानक प्रकटलेला पाहून साऱ्यांनी आश्चर्याने डोळे विस्फारले. सारे निःशब्द अवस्थेत हरवले. प्रथम कुमार प्रद्युम्नास वास्तवाची जाणीव झाली. हातातील मद्यपात्र खाली ठेवून तो उठला. उद्धवांच्या चरणाशी झुकत त्याने वंदन केले.

"कल्याणमस्तु । वत्स," उजवा हात प्रद्युम्नाच्या मस्तकावर ठेवून उद्धवाने प्रेमाने आशीर्वाद दिला. प्रद्युम्नाच्या कृतीने भानावर आलेल्या इतरांनीही मद्यपात्रे खाली ठेवून प्रद्युम्नाचे अनुकरण केले.

यादव समाजात मद्यपान नवलाचे नव्हते; पण मद्यपान स्वतःच्या महाली होत असे. विशिष्ट उत्सव साजरा करताना, जाहीर स्थळी समूहाने मद्यपानाचा आनंद लुटण्यात येई. म्हणून उद्धवास नवल वाटले. यादवकुमारांच्या चेहऱ्यावर आपल्या दर्शनाने आनंद झाल्याची रेषा उमटली नाही, हे त्याच्या चाणाक्ष नजरेने टिपले. बहुतेकांच्या मुद्रा अपराधी भावनेने काळवंडल्याचा त्याला संशय आला. स्वाभाविकच मनातील आश्चर्य दुणावले.

"वत्सा, सारे क्षेमकुशल आहे ना?" त्याने विचारले.

"आपले आशीर्वाद आणि महाराज उग्रसेनांची कृपा आहे. सारे कुशल मंगल आहे," प्रद्युम्न उत्तरला.

"परमसखा मधुसूदन, ज्येष्ठ भ्राता दाऊ, पिता वसुदेव, माता देवकी आणि महाराज उग्रसेन सारे कुशल आणि तपःपूत असतील," साऱ्यांची खबर विचारून उद्धवाने पृच्छा केली, "आज विशेष उत्सव जाहीर झाला आहे का? पण मग इतर प्रजा कशी यामध्ये सामील नाही?"

मान खाली घालून सारे परस्परांकडे बघू लागले. उद्धवाच्या प्रश्नावरून ते अजून द्वारकेमध्ये प्रवेशले नसावेत आणि त्यांना मद्यबंदीची जाण नसावी, असे सर्वांना वाटले.

"तसे काही खास प्रयोजन नाही," एक कुमार नजर झुकवून म्हणाला.

"तर मग यादवसभेत उपस्थित न राहता तुम्ही सारे इथे कसे?" उद्धवाने पुन्हा आश्चर्य ओठी आणले.

यादवकुमार गोंधळले. हा प्रश्न अनपेक्षित होता. मुळात उद्धवाचे आत्ता इथे येणेच अपेक्षित नव्हते. सारे मान खाली घालून गोंधळलेल्या नजरेने एकमेकांकडे बघू लागले. त्यांनी उत्तर न देणेही उद्धवास चकित करणारे होते. उत्तर मिळणे राहिले दूर आणि त्यात यादवकुमार उत्तर का देत नाहीत या नव्या प्रश्नाची भर पडली; पण त्याने उत्तराचा आग्रह धरला नाही.

"यादवकुमारांनो, यादवसभा नियमितपणे भरते ना?" त्याने सोपा प्रश्न विचारला.

"हो... होय तात! भरते ना!" कुमार सारण अस्वस्थ स्वरात उत्तरला.

अशा विपरीत वातावरणात संवाद साधणे अशक्य ठरले.

"भगवान महाकाळ सर्वांचे रक्षण करो. पुत्रांनो, भगवान सवितानारायणांचे तेज तुम्हा सर्वांत प्रगट होवो." भेटीचे समापन करून उद्धव द्वारकेच्या दिशेस वळला. इकडचे जग तिकडे होण्याचा उत्पात घडला असे यादवकुमारांना वाटले. परिणामाची कल्पना करणे कुणाला जमेना. मद्याचा अतिरेक नीट विचार करू देत नव्हता. त्यांच्या विचारात नव्हता तर्क की सातत्य! त्यासाठी आवश्यक असणारे भान आणि मनःस्वास्थ्य त्यांनी केव्हाच गमावले होते.

यादवसभा संपवून श्रीकृष्ण महाली आसनस्थ होताच दालनाशी दूताची चाहूल लागली. त्याच्या नजरेत प्रश्न उमटताच दूत महालात प्रवेशला.

"यदुनंदन श्रीकृष्णाचा विजय असो!" किंचित पुढे येऊन तो नम्रपणे म्हणाला, "उद्धवजी परतले आहेत. त्यांना आपल्या दर्शनाची अनुज्ञा हवी आहे."

"उद्धव!" आसनावरून ताडकन उठत श्रीकृष्णाने विचारले, "उद्धवास भेटीची अनुज्ञा द्यायची की नाही, हे विचारण्याची गरज तुम्हाला का वाटली? क्षणाचाही विलंब न करता त्यांना इथे घेऊन या." कृष्णाच्या आदेशात नकळत उत्साह संचारला.

लगेच उद्धवाचे आगमन झाले. अनिमिष नेत्रांनी श्रीकृष्ण आपल्या बालमित्राकडे बघत राहिला. उद्धवही वेगाने कृष्णसन्निध गेला. मस्तक नमवून त्याने अभिवादन केले. श्रीकृष्णाने आसुसून त्याच्या मस्तकास स्पर्श करत झुकले मस्तक वर केले. उद्धवाच्या नजरेत त्याला स्नेहाची आर्द्रता जाणवली.

नकळत त्या आर्द्रतेवर श्रीकृष्णहस्त फिरला. रोमरोम स्पंदित झाल्याच्या अनुभूतीने उद्धव मोहरला.

"उद्धवा, मित्रा! सारे क्षेमकुशल आहे ना?" श्रीकृष्णाच्या स्वरातून निखळ स्नेह निथळला.

"तुझी कृपा आहे. यादव समाज तुझ्या मधाळ नजरेने पुनीत होत असेल, तोवर सारे कुशल मंगल असेल." उद्धव मनापासून म्हणाला.

उद्धववाणीत श्रीकृष्णास सूचकता जाणवली. माता गांधारीने दिलेल्या शापानुसार, त्याच्याही मनात हिशेब असण्याची शक्यता होती. तरी ते कारण नसावे, असेही वाटले. कुमार सांबाच्या पोटच्या मुसळाविषयी त्याने ऐकले असेल का, असा त्याला प्रश्न पडला.

"मित्रा" श्रीकृष्ण बोलू लागला. "भवितव्याचे सुकाणू आपण महाकाळाच्या हाती सुपूर्द करावे. आपण सृष्टीच्या नियमाचे अनुशीलन करणे योग्य असते."

"होय. तुझे म्हणणे खरे आहे, अच्युता!" उद्धव पुटपुटला. "वैश्विक देवांना नतमस्तक होऊन त्यांच्या कार्यात साथ देण्यात आपलाही गौरव असतो."

"या प्रकारच्या गौरवाच्या रक्षणासाठी मला तुझी साथ असण्याची गरज जाणवते आहे उद्धवा!"

"काय?" उद्धव दचकून म्हणाला. "हे सांगण्यात विनंतीचा सूर आणि साथ नसण्याची शक्यता का ध्वनित होते आहे मित्रा? तू आदेश देणे, मी माझे भाग्य समजतो मित्रा!"

मनात घुसलेले तर्क आणि अस्वस्थता श्रीकृष्णाच्या हास्याच्या दूधगंगेत विरली. त्यात उद्धवाचे हास्य मिसळले. त्याचा हात धरून श्रीकृष्णाने त्यास आसनावर बसवले. तो स्वतःही आसनस्थ झाला.

"दीर्घ काळानंतर द्वारकेचे दर्शन झाल्याने मन प्रसन्न झाले." उद्धव सांगू लागला.

"रैवतक पर्वताची प्रदक्षिणा संपवून द्वारकेत प्रवेश केला. तत्पूर्वी तिथल्या वनराईत प्रद्युम्न आणि इतर यादवकुमार भेटले; त्यामुळे द्वारकेत प्रवेश करण्यापूर्वी साऱ्यांचे क्षेमकुशल कळल्याने मन अधिक प्रसन्न झाले."

कुमार प्रद्युम्न व इतर यादवकुमार आजही यादवसभेत उपस्थित नसल्याचे श्रीकृष्णास आठवले. यादवकुमारांचे वनराईत असणे त्याला रहस्यमय वाटले. मनात जो संशय रुंजी घालत होता, त्यास अनुमोदन प्राप्त होत आहे असेही वाटले. विचारल्याविना त्याच्याच्याने राहवेना.

"उद्धवा, सारे यादवकुमार आज वनराईत विहारासाठी गेलेत काय?"

"मला वाटले की, विशेष कारणाने द्वारकेत उत्सव जाहीर झाला असावा, कारण सारे तिथे मद्यपान करत होते. कुलपरंपरेनुसार जाहीर स्थळी मद्यपान केवळ उत्सवातच होते. म्हणून कोणता उत्सव जाहीर झाला, असा मला प्रश्न पडला." उद्धवाच्या मुखातून सहजभावाने सत्य उमटले.

ही माहिती आत्ता मिळत असली तरी श्रीकृष्णास ती अनपेक्षित नव्हती. तरी हे कथन कृष्णमुखी विलसणारे मधाळ स्मित नष्ट करणारे ठरले. मद्यबंदीची घोषणा सर्व यादवांनी कशी अर्थहीन ठरवली आहे याचा प्रत्यय कृष्णमनात विषाद उत्पन्न

करत होता. आता या घोषणेचे महत्त्व जपायचे असेल, तर समग्र परिवारास दंडित करणे भाग होते.

“माधवा, तू गप्प का?” श्रीकृष्णाचे मौन सहन न होऊन उद्धवाने विचारले.

“संवादासाठी शब्द सदैव पर्याय बनू शकत नाहीत, उद्धवा! कित्येकदा शब्दोच्चारापेक्षा मौनाची भाषा अधिक समर्थ ठरते.” अंतरिक्षात कुठेतरीच बघत श्रीकृष्ण उत्तरला.

सवितानाराणाचा रथ मध्याकाश ओलांडत असल्याची जाणीव देणारे टोल द्वारकेच्या दुर्गातून उमटत होते. त्या गहन ध्वनीत प्रकट आणि अप्रकट शब्द जणू विरघळलेच.

“उद्धवा, तुला आठवते?” टोल संपल्यावर श्रीकृष्णाने गंभीर स्वरात विचारले. “कुरुक्षेत्राच्या महासंग्रामाच्या एकोणिसाव्या दिवशी सकाळी माता गांधारीने समग्र वृष्णीवंशाच्या अस्तित्वाचा अवधी निश्चित केला.”

“कृष्णा, तू शापाच्या संदर्भात विचारतो आहेस का?”

“त्याला शाप कसे म्हणणार, उद्धवा?” कृष्णमुखी प्रतिप्रश्न होता. “त्यास आशीर्वाद म्हणायला हवे. कुरुक्षेत्राच्या महासंग्रामानंतर यादवांचे सामर्थ्य सहन करू शकेल असे कुणी उरलेले नाही. सामर्थ्य अहंकाराची गंगोत्री!” उद्धवाशी बोलणारा श्रीकृष्ण जणू स्वतःशी संवाद साधत होता.

“म्हणजे?” उद्धवाने गोंधळून विचारले.

“ज्यांचा कालक्रमाने नाश होऊ शकत नाही, त्यांच्या नाशासाठी परमात्म्याला शापाचे निमित्त करावे लागते. यादवांचा नाश कुणी करू शकणार नसले तर अनिवार्य अंतासाठी काहीतरी घडले नाही तर वैश्विक देवांचे घटनाचक्र व्यर्थ ठरेल.” प्रत्येक शब्द सुटा पाडत, त्यावर जोर देत श्रीकृष्ण म्हणाला.

उद्धव श्रीकृष्णाच्या म्हणण्याचा समग्रतेने अर्थ समजू शकला नाही. तरी तो त्याकडे दुर्लक्षही करू शकला नाही. म्हणून स्वस्थानावरून उठून तो श्रीकृष्णाच्या चरणांशी बसला. दोन हात जुळवून नतमस्तक झाला. “वासुदेवा, मला तुझे मार्गदर्शन हवे आहे. मला सांगा, माझे काय कर्तव्य आहे?”

❖

१२

देहधर्मापासून आत्मधर्मापर्यंत

कंसवधाच्या क्षणापासून ते कुरुक्षेत्राच्या महासंग्रामापर्यंतचा सारा कालावधी उद्धव श्रीकृष्णाच्या निकट सान्निध्यात होता. श्रीकृष्णाची अनेक रूपे त्याने बघितली होती. परिस्थिती अत्यंत बिकट असेल, तेव्हाही कृष्णमुखावर विलसणारे भुवनमोहक स्मित लुप्त होत नसे. आत्ता मात्र त्या स्मितात कुठले तरी अपरिचित करुणामय तत्त्व मिसळल्याचा त्याला संशय आला. त्या तत्त्वाचा वेध घेण्यासाठी तो अनिमिष नजरेने श्रीकृष्णाकडे बघत राहिला.

"उद्धवा!" श्रीकृष्ण बोलू लागला. "तुला अपरिचित वाटणारी छाया, विराट तत्त्वाची आहे. आता तू प्रयास करायचा आहेस, विराट तत्त्व प्राप्त करण्याचा!

मला काही कळेनासे झाले आहे माधवा! जे आहे ते मला स्पष्ट सांग. रैवतक पर्वताच्या उतारावर, जे दृश्य पाहून माझ्या मनात सतत आश्चर्याची आवर्तने उठत आहेत; त्यावर तू तरी आता पूर्णविराम ठेव." उद्धवाने कळवळून विनंती केली.

"उद्धवा! तू रैवतकाच्या वनराईत बघितलेस, ते महर्षी कश्यपांच्या शापाच्या दिशेस यादवांनी केलेले प्रयाण सूचित करणारे दृश्य आहे." क्षणभर थांबून श्रीकृष्ण म्हणाला, "उद्धवा, महाराज उग्रसेनांनी द्वारकापुरीत मद्यनिषेध घोषित केला आहे."

"काय म्हणतोस माधवा?" उद्धव दचकला. "महाराजांनी मद्यनिषेध जाहीर

केल्यावर, यादवकुमारांनी मद्यपान कसे करावे? राजाज्ञेचे उल्लंघन हा दंडनीय अपराध आहे.''

''दंड कुणाकुणाला करणार, उद्धवा? ज्येष्ठ भ्राता दाऊही या अपराधास अपवाद नाहीत.''

उद्धव स्तब्ध झाला. महाराज उग्रसेनांनी प्रतिबंध लादला असेल आणि वासुदेवांनी ज्यास अनुमोदन दिले असेल, ते कृत्य करण्याचा कोणताही यादव विचारच कसा करू शकेल, हे त्याला कळेना. रैवतकाच्या वनराईत अचानक आपल्याला पाहून सारे अस्वस्थ नव्हे; तर भयभीत झाल्याचा संशय आला होता, त्याचे गूढ आता उलगडत होते.

''पण दंडास पात्र असलेल्यांना, अदंडित राखणे योग्य नाही.'' उद्धव तावातावाने म्हणाला, ''कृष्णा, हा राज्यदंडाचा धर्म आहे.''

''धर्माच्या या अघोषित अनुशीलनासाठी उद्धवा, आता मला तुझा सहकार हवा आहे. यादवांसाठी माता गांधारीचा शाप पुरेसा ठरलेला दिसत नाही. त्यांनी कश्यप महर्षींचा शाप निमंत्रित केला आहे. माता गांधारीचा शाप वर्तमान बनण्याचा क्षण समीप येत असल्याचाच तर हा संकेत! तसे नसते तर यादवकुमारांना महर्षी कश्यप यांची हीन चेष्टा करण्याची बुद्धी झाली नसती.'' क्षणभर श्रीकृष्णाच्या मुद्रेवर वेदनेची स्पष्ट रेषा प्रकट झाली न झाली तोच ती लुप्तही झाली.

उद्धव कान देऊन ऐकत होता. यादवकुमारांचे उद्दंड वर्तन त्याला अकल्पनीय नव्हे, तर धक्कादायक वाटले. वसुदेव-देवकी वा कृष्ण-रुक्मिणी, बलराम-रेवती या सुसंस्कृत दांपत्यांच्या संततीत अशा विकृतीचा प्रवेश कसा झाला, हे त्याला कळेना. अठरा अक्षौहिणी सैन्याच्या गदारोळात नगण्य टिटवीच्या पिलांच्या सुरक्षिततेचा विचार करणाऱ्या श्रीकृष्णाच्या पुत्रांनी, महातपस्वी ब्रह्मर्षींशी असे वर्तन केले? दोष फक्त मद्यास कसा देणार? उद्धवाच्या मनात प्रश्न उमटला. यादव समाजात मद्यपान नवल विशेष नव्हे, तर नित्याच्या सवयीची बाब! मग आजवर कधी असे घडले का नाही? एका प्रश्नाच्या पाठी दुसरा प्रश्न चाल करून आला. हा मद्यपानाचा दोष नाही, हे सिद्ध करणारा! यादवकुमारांची उच्छृंखलता असामान्य कक्षेस पोहोचणे, हा महाकाळाचा संकेत आहे, हे उद्धवास पटले. श्रीकृष्णास हा संकेत न जाणवणे कसे शक्य होते?

''वासुदेवा, जे भविष्य नक्की झाले आहे, त्याचा तुझ्याहून अधिक सन्मानाने स्वीकार कोण करू शकणार?'' उद्धवाच्या मुखातून विषाद निसटला.

क्षणभर वातावरणात नीरव शांतता दाटली. मग श्रीकृष्ण गंभीर स्वरात बोलू लागला, ''उद्धवा, नक्की झालेले भविष्य, सन्मानपूर्वक वर्तमानात उतरवण्यासाठी एका योजनेची भलावण करण्याचा निर्णय मी घेतला आहे. उद्या यादवसभेत मी तो

प्रस्ताव मांडेन. मद्यबंदी लादली ती घटना आता बरीच जुनी झाली आहे. सारे चोरून-मारून मद्यपान करत असले तरी त्यांच्या मनात गुन्हेगार असल्याची भावना गुदमर दाटवतेच आहे. या गुदमरलेल्या यादवांना हा गुन्हा उघडपणे करण्याची संधी देणारा तो प्रस्ताव असेल. तोंड लपवत नव्हे; तर मनःपूत मद्यपान करता यावे, यासाठी मी प्रभासक्षेत्री जाण्याचा प्रस्ताव ठेवणार आहे आणि त्यास महाराज उग्रसेनांचे अनुमोदन मिळवणार आहे. मद्यबंदीची घोषणा केवळ द्वारकेत आहे. द्वारकेबाहेर मुक्त मनाने आहारविहार व मद्यपानाचा आनंद लुटण्याची सूट असेल. सारे उत्तेजित होतील...'' पुन्हा श्रीकृष्ण क्षणभर थबकला.

प्रभासक्षेत्री तीर्थाटनास गेल्याने भविष्य सन्मानपूर्वक वर्तमान कसे बनेल, याचा उद्धवास उमज पडेना. द्वारकेत बंदी असल्याने चोरूनमारून केलेल्या मद्यपानाच्या कृत्यावर अंकुश तरी राहत होता. प्रभासक्षेत्री कायदेभंगाचा प्रश्न नसेल. अमर्याद मद्यपान घडू देण्यात काय उद्देश असेल, ते त्याला कळेना. उद्धव बुचकळ्यात पडला. श्रीकृष्ण पुन्हा बोलू लागला.

''अनायासे प्राप्त झालेली मुक्ती, यादवांना अनियंत्रित करील.'' नजर अदृश्य भविष्यावर स्थिरावली असावी, अशा गूढ स्वरात तो म्हणाला. ''मुक्त वातावरणात, एक नव्हे; तर दोन शापांच्या कात्रीत सापडलेले यादव, विवेकास पूर्णपणे पारखे होतील. मद्यपान आणि अविवेक यांचे संयोजन झाले की, समस्त घटनाचक्रावर आपसूक पूर्णविराम पडेल.'' तिऱ्हाइतांविषयी बोलत असावा तसा श्रीकृष्ण तटस्थ स्वरात बोलत असलेला पाहून उद्धव अवाक् झाला.

श्रीकृष्णाच्या योजनेचा अर्थ स्पष्ट होता. यादव परिवार वेगाने प्रकाशाचे साम्राज्य ओलांडून आता अंधारात प्रवेश करण्याची तयारी करत होता. तिमिरातून तेजाकडे नेण्याचे - अंधारास दूर राखण्याचे सामर्थ्य फक्त श्रीकृष्णात! तोच आता प्रकाशावर पडदा पाडू इच्छित होता. उद्धवास हे कृष्णत्वाची परिसीमा ठरणारे कृत्य वाटले. हे काम श्रीकृष्णाइतक्या तटस्थ्यपणे दुसरे कोण करू शकेल? उद्धवाच्या मनात नितांत आदर दाटला.

''सर्व यादवांबरोबर मीही तुमच्या चरणांशी विलीन होऊन अवतारकार्य पूर्ण करीन. श्रीकृष्णा, मला ती अनुमती दे.'' श्रीकृष्णाच्या चरणाशी मस्तक झुकवून उद्धवाने विनंती केली.

''उद्धवा, ज्यांची जीवनकर्मे संपलेली आहेत, त्यांचाच विलय होणे योग्य असते. प्रत्येक जातकास विहित कर्मे सोपवलेली असतात. स्वकर्मे ओळखून मानवाने त्यांचे अनुसरण करावे आणि कार्याची समाप्ती झाली की, विलय स्वीकारावा, हे घटनाचक्रच! यादवांची कर्मे संपली आहेत; पण उद्धवा...''

''पण काय, कृष्णा?'' थबकलेल्या श्रीकृष्णास उद्धवाने विचारले.

''तुझी कर्मे शेष आहेत.'' श्रीकृष्णाचा स्वर उद्धवास मेघगर्जनेसारखा घनगंभीर वाटला. ''आता कर्माच्या प्रक्रियेत गुंतून जन्मांतराची ही यात्रा असीम का करावी?''

''आता जे कर्म तू करायचे आहे, ते निर्लेप भावनेने कर. उद्धवा! योगी व्यक्तीस कोणतेही कर्म गुंतवत नाही. कर्मांना आसक्ती दूषित करते.'' श्रीकृष्णाच्या स्वरात अतीव वत्सल भाव उसळत होता. त्याने हळूच उद्धवाच्या मस्तकास स्पर्श केला.

''माझ्या कोणत्या शेषकर्माकडे तुला बोट दाखवायचे आहे?''

श्रीकृष्णाच्या मुखावर अपूर्व आभा झळाळत होती. रोमांचित उद्धव ही आभा बघत राहिला. कुरुक्षेत्राच्या रणभूमीवर श्रीकृष्णाने सखा अर्जुनास विराट रूपदर्शन घडवल्याचे तो ऐकून होता. विराट रूपाच्या प्राकट्यक्षणी, त्याची मुद्रा अशीच देदीप्यमान झाली असेल? मनात प्रश्न उठला आणि अनायासे तो अधिकच विनम्र झाला. नकळत प्रणामासाठी त्याचे हात जुळले.

''प्रभासक्षेत्री यादवकुळ महाकाळाच्या चरणी विलीन होईल, याचा अर्थ स्वतः कृष्णही...''

''कृष्ण यादव आहे ना? प्रभासक्षेत्र पवित्र स्थळ! शिवाय महर्षी कश्यपांच्या कृपेने प्राप्त झालेले मुसळाचे चूर्ण समुद्रजलात तळाशी बसले आहे. त्यास महर्षींची वाणी सत्यात उतरवण्याचे कर्म करायचे आहे. त्यास अधिक तिष्ठत ठेवणे हिताचे नाही. त्याची प्रतीक्षा पूर्ण होणेच योग्य! जे काम शेष आहे, ते केवळ तुलाच करता येईल.'' पुनश्च श्रीकृष्णाच्या मुद्रेवर अनोखी आभा प्रकटली. ''तू गोकुळी जा. उद्धवा, गोकुळात राधेने एक युग माझी प्रतीक्षा केली आहे. तिला निरोप सांग, राधे, गोकुळ सोडताना श्रीकृष्ण तुझ्या सन्निध होते आणि या समष्टीचा विलय होत असताना तूही कृष्णसन्निध आहेस.''

उद्धवाला हे दर्शन अद्‌भुत आणि रोमांचक वाटले. राधेच्या मनोवस्थेशी तो परिचित होता; पण कृष्णाच्या मनोव्यापाराचे हे दर्शन अद्‌भुत वाटले. मथुरा, द्वारका, हस्तिनापूर, प्राज्योतिषपूर, सर्वत्र व्याप असलेल्या श्रीकृष्णाचे हे विभूतिदर्शन अर्जुनासही घडले नसेल. स्वसौभाग्याच्या विचाराने उद्धवास सद्‌गदित केले.

''आणि उद्धवा, नंतर तू गोकुळाहून बदरीधामास जा. बदरीधामास तुला काळक्रमे उपराम प्राप्त होईल.'' समापन करणाऱ्या श्रीकृष्णाच्या मुद्रेवर पूर्ववत परिचित स्मित उमटले.

''तुझ्या या दर्शनास मी प्रणाम करावा की यथातथ तुला प्राप्त करण्यास समर्थ असलेल्या आम्हा सर्वांवर टीकास्त्र परजावे, ते मला कळेनासे झाले आहे.'' स्वगत बोलल्यागत उद्धव म्हणाला.

''प्रशंसा आणि टीका दोन्ही त्याज्य आहेत, उद्धवा! या दोन्ही भावना द्वैत

निर्माण करतात. तुझा पुढचा जीवनमार्ग, अद्वैताचा प्रवास असो.'' श्रीकृष्णाच्या मुखातून शांत आशीर्वचन उमटले. ''उद्धवा, आता वाणी, मन आणि इंद्रिय या तिन्हींस लयाच्या दिशेस गतिमान कर.''

''हे कसे शक्य आहे, केशवा?'' उद्धवाने विचारले.

''वाणीचा उच्चार, मनाचा विचार आणि इंद्रियांचा आचार या तिन्हींचे एकत्व आणि या एकत्वाच्या अंतसमयी त्यापासून अलिप्त भाव, हे सूत्र तुला या मार्गावर नेईल.'' ब्रह्मांडातून होणारी आकाशवाणी ऐकावी, तसे उद्धव कृष्णबोल ऐकत राहिला.

''पण यदुनंदना, गोकुळातील राधेस मी या वृत्तान्ताचे कथन करीन, तेव्हा माझी काय अवस्था होईल याची मी कल्पना करू शकत नाही. राधेच्या मुखावर जे भाव उमटतील, त्याविषयी विचार करताना माझे अस्तित्व या क्षणीच विचलित होते आहे.'' उद्धवाचा कंठ भरून आला.

''वत्सा उद्धवा, यापुढे तू देह नव्हे; तर निर्भ्रांत आत्मा असशील. आत्म्याला भावना स्पर्शत नसते. देहधर्म देहाशीच निगडित असतात. ते धर्म तुझ्या आत्म्यास विचलित करणार नाहीत याची काळजी घेणे तुझे कर्तव्य आहे.'' श्रीकृष्णाने समापन केले.

हा क्षण समाप्तीचा असल्याचे उद्धवास प्रकर्षाने जाणवले. जे शेषकर्म श्रीकृष्णाने सुचवले होते, त्या कर्माचे पावित्र्य आणि रहस्य दोन्ही जणू उद्धवास आपसूक आकळले. युगाचा अस्त होत असताना, युगपुरुषापासून कोणत्या प्रसादाची अपेक्षा करणे शक्य आहे, हे त्याला कळेना. तोवर समग्र विश्वाचे तीर्थाटन त्याने केले होते. यमुनातटावरील रासलीलेपासून सुरू झालेल्या या जीवनयात्रेत काय काय घडले होते! उद्धवाची नजर श्रीकृष्णचरणी लीन झाली. पुढची जीवनयात्रा एकाकी असणार होती. ज्या भूमीवर ते विहरत होते, ती भूमी कृष्णचरणाने संस्पर्शित झाली होती. श्रीकृष्णाच्या चरणांनी अस्पर्श अशा भूमीवर यापुढचा प्रवास कसा व्हावा? त्याच्या मनात वेदनासक्त प्रश्न उमटला. राधेसमक्ष कृष्णविलयाचा वृत्तान्त कथन करण्यास उभे राहताना, उद्धवास स्वचरणांवर ठाम उभे राहता येईल?

यापुढे तू देह नसून निर्भ्रांत आत्मा असशील. आत्म्याला भावना स्पर्शत नाही; देहधर्म निगडित असतात. ते धर्म तुझ्या आत्म्यास विचलित करणार नाहीत याची काळजी घेणे हे आता तुझे कर्तव्य आहे...

काही क्षणांपूर्वी कृष्णमुखातून उमटलेल्या शब्दांचे पडसाद उद्धवाच्या कानी पडत राहिले. कृष्ण हे पुन्हा बोलला काय, असा त्याला संशय आला. श्रीकृष्ण सतत बोलत राहिला तर किती छान होईल, अशी कामना मनात उसळली. नकळत त्याने श्रीकृष्णाकडे बघितले. त्याचे ओठ बंद होते. उद्धवास प्रश्न पडला - त्याचे

शब्द पुन्हा कसे ऐकू आले?

उद्धवाची नजर झुकली.

झुकली नजर अनायासे श्रीकृष्णचरणी स्थिरावली. श्रीकृष्णाच्या पादुकांकडे तो एकटक बघत राहिला. कृष्णविहीन जमिनीवर ठामपणे पाय कसे ठेवता येतील, हा प्रश्न भयभीत करत असताना, त्याला अनायासे या भयाचे निराकरणही गवसले. ज्या पादुकांनी कृष्णदेहास स्वअंकावर धारण केले, त्या पादुकांहून अधिक पवित्र काहीही असणार नाही, असा विश्वास मनात उसळला. त्यास वाटले, यापुढचे जीवन कितीही दीर्घ असले तरी श्रीकृष्णचरणांचा हा प्रसाद प्राप्त झाला तर -

"कसला विचार करतो आहेस, उद्धवा?" कृष्णस्वर पुनश्च पूर्ववत स्वस्थ झाला होता.

"एक प्रार्थना आहे कृष्णा!" झुकले मस्तक वर न करता उद्धव हळूच म्हणाला.

"पुढच्या जीवनयात्रेतही मला श्रीकृष्ण संस्पर्शाचे सौभाग्य द्या." पुढे होत आपले दोन्ही हात कृष्णचरणी असलेल्या पादुकांवर ठेवताना त्याचा स्वर रडवेला झाला. "कृष्णा, एकाकी शेषयात्रेत, तुझ्या पादुकांचा सहवास मला प्राप्त करून दे. ज्या पादुकांनी समग्र युग स्वतःत सामावले, त्या पादुका मला हव्या आहेत. पादुकांसह मी बदरीधामात अलकनंदेच्या किनाऱ्यावर हिमालयाचे दर्शन घेत असताना तुझी प्रतीक्षा करीन."

श्रीकृष्णाने शब्दांत उत्तर दिले नाही. किंचित खाली वाकून उद्धवाचे दोन्ही खांदे धरले आणि आपले पाय दूर केले. समग्र द्वापरयुगाचा इतिहास अंकित करणाऱ्या पादुका आता उद्धवाच्या हाती होत्या, कृष्णचरण निरावरण झाले. पादुकांना मस्तकस्पर्श करून उद्धव श्रीकृष्णाकडे बघत राहिला.

असंख्य श्रीकृष्णांचा व्याप, उद्धवाच्या डोळ्यांतील अश्रुबिंदूंच्या आरपार अंतरिक्षात विस्तरित झाला.

❖

१३

कल्याणमस्तु वत्स!

दुसऱ्या दिवशी यादवसभेत अनपेक्षित वाटावी अशी घटना घडली.

"महाराज उग्रसेन," सभा सुरू होताच श्रीकृष्ण सिंहासनारूढ वयोवृद्ध महाराजांसमक्ष मस्तक झुकवून बोलू लागला. "यादव समाज बऱ्याच दिवसांपासून द्वारकेच्या मर्यादित परिसरात काल व्यतीत करत आहे. जीवनात अधूनमधून तीर्थाटनास महत्त्व असावे. सध्या आर्यावर्त कुशल आहे. द्वारकाही पूर्णतः सुरक्षित आहे. अशा वेळी सर्वांनी स्वजनांसह यात्रेस जाणे आनंदप्रद सोहळा ठरेल. महाराजांनी सर्वांना प्रभासक्षेत्री तीर्थाटनासाठी जाण्याची अनुमती द्यावी, अशी विनंती करतो."

श्रीकृष्णाचा हा प्रस्ताव अत्यंत अनपेक्षित होता. महाराज उग्रसेनच नव्हे; तर समग्र यादवसभा चकित झाल्याने किंचितकाल अवाक् झाली. आश्चर्याचा पहिला भर ओसरताच, सभेत उत्साह आणि आनंदाच्या लहरी उठू लागल्या. महाराज उग्रसेनांच्या अभिप्रायाची प्रतीक्षा न करता, सारे उच्च स्वरात श्रीकृष्णाच्या प्रस्तावास अनुमोदन देऊ लागले.

"वासुदेव कृष्ण!" कृतवर्मा प्रस्तावास अनुमोदन देत म्हणाला. "तुमचा प्रस्ताव अत्यंत स्वागतार्ह आणि समयोचित आहे. मी महाराज उग्रसेनांना कृष्णप्रस्तावास अनुमोदन देण्याची विनंती करतो."

"महाराजांचा विजय असो!" समग्र यादवसभेने जणू एकमुखाने कृष्णप्रस्ताव स्वीकारला.

"सर्व यादववीरांची इच्छा असेल आणि खुद्द कृष्ण नेतृत्व करणार असतील तर औपचारिक समर्थनाची गरज उरत नाही." महाराज उग्रसेनांच्या मुद्रेवर स्मित विलसत होते. ते सत्तावाही स्वरात म्हणाले, "कृष्णप्रस्तावाचा स्वीकार करण्यात येत आहे. शुक्ल पक्षाच्या शुभ मुहूर्तावर सारे यादव प्रभासक्षेत्री यात्रा करतील. मी पूर्वतयारी करण्याची आज्ञा देतो."

यादववीरांनी महाराजांच्या कृतीचे शस्त्र उंचावून एकमुखाने स्वागत केले. श्रीकृष्ण निरपेक्ष भावनेने स्वजनांचा उत्साह बघत होता. या आनंद आणि उत्साहाचे मर्म जाणून असल्याने त्याचे स्मित अधिक बोलके झाले. आनंदात भर घालण्याच्या उद्देशाने तो म्हणाला, "यादववीरांनो, द्वारकेचा दुर्ग सीमाबद्ध आहे. या सीमेत बद्ध असलेले जीवन मर्यादांनी घेरलेले आहे; पण प्रभासक्षेत्रातील जीवन आणि इथले जीवन यांत फरक असेल. ज्या मर्यादा पाळण्याचे द्वारकेत बंधन असते, ती बंधने प्रभासक्षेत्री नसतील." श्रीकृष्णाने परोक्ष रीतीने प्रभासक्षेत्री मद्यनिषेध नसल्याचा जणू संकेतच दिला.

हा संकेत यादववीरांना कमालीचा रोमांचक आणि आनंदप्रद वाटला. त्यांच्या रक्तात उत्तेजनाची लाट सळसळली. श्रीकृष्णास हे जाणवलेही! योजना यशस्वी होण्याचा संकेत मिळाल्याचे त्यास समाधान वाटले; पण या समाधानाचे मर्म केवळ उद्धव जाणून होता. इतर यादवांना ते जाणण्याची गरजही वाटत नव्हती. ते नजीकच्या भविष्यात प्रभासक्षेत्री करता येणाऱ्या आमोद-प्रमोदाचे आयोजन करण्यात गुंग झाले. फक्त उद्धव अनिमिष नेत्रांनी श्रीकृष्णाकडे बघत होता.

प्रभासक्षेत्री जाण्याची योजना उत्साहाने तयार झाली. त्यानुसार तयारी सुरू झाली. द्वारकेहून नौकेने सोमनाथला जायचे. तिथे शिवलिंग पुजून अश्व, रथ किंवा पायी प्रवास करत प्रभासक्षेत्र गाठायचे. सामानात खाद्यपदार्थांच्या बरोबरीने उत्तमोत्तम मद्यांचा समावेश होत होता. तरुण यादवकुमारच नव्हे; तर कृतवर्मा, अक्रूर, सात्यकी, स्वतः महाराज उग्रसेन... सारे वय, ज्ञान आणि अनुभवाच्या सीमा ओलांडून तयारी करण्यात मग्न झाले. श्रीकृष्णास याचे नवल वाटले नाही. ज्येष्ठ भ्राता बलराम या उत्साहापासून अलिप्त झाल्याची त्यास जाणीव झाली, ती मात्र त्यास चकित करणारी होती. बलरामाचे मद्यप्रेम आणि निसर्गप्रेम श्रीकृष्ण जाणून होता. तरी तो उत्साहित नसल्याची वारंवार प्रचिती मिळत होती. त्याचे विरक्त असणे, श्रीकृष्णास गूढ वाटले.

बलरामाच्या मनात वैचारिक मंथन सुरू झाले होते! मद्यबंदीची घोषणा झाली असूनही आपण मद्यपान करत असल्याची जाण कृष्णास झाली आहे, हा संशय बलरामास व्यथित करत होता. यावर अनुज जालिम उपाय शोधण्याच्या प्रयत्नात असेल, असेही त्यास वाटत होते. मद्यबंदीचा प्रस्ताव सुचवणाऱ्या व्यक्तीनेच ती

शिथिल करण्याचा प्रस्ताव ठेवणे ही बुचकळ्यात टाकणारी घटना होती. ती बलरामाच्या मनात घुसलेल्या संशयास खात्रीच्या कक्षेस पोहोचवत होती. प्रभासक्षेत्राच्या तीर्थाटनाचे आत्ता प्रयोजनच नाही, हे त्याला जाणवले. महर्षी कश्यपांच्या शापाची तीव्रता कमी करण्यासाठी कृष्णाच्या सूचनेने लादलेल्या प्रस्तावातून प्रभासक्षेत्रास मुक्त ठेवण्याचा प्रस्ताव खुद्द कृष्णाने ठेवणे, ही मद्यबंदीची निरर्थकता श्रीकृष्णास कळल्याची रसीद आहे, असे त्याला वाटले आणि तो विलक्षण अस्वस्थ झाला. मनात अपराधी भावना उसळ्या मारत होती. एकवेळ राजाज्ञेचा भंग करणे हा दंडनीय अपराध आहे, असा आग्रह धरून कृष्णाने सर्व अपराध्यांवर कार्यवाही करण्याचा प्रस्ताव ठेवला असता तरी तो फारसा खजिल झाला नसता; पण अपराधाचा उल्लेखही न करता, अर्थहीन ठरणारा प्रस्ताव ठेवणाऱ्यासच दोषी ठरवून कृष्ण स्वतः दंडास सामोरा जात आहे, याची जाणीव झालेल्या बलरामाच्या मनास इंगळ्या डसू लागल्या. हे सारे त्याला कमालीचे वेदनादायी वाटत होते.

ठरल्याप्रमाणे सारे यादव प्रातःकाळी द्वारकेच्या दुर्गाबाहेर एकत्रित होऊ लागले. समुद्राच्या तटावर नौका तयार होत्या. जणू यादवांच्या प्रतीक्षेत खोळंबल्या होत्या. नौकांवरील ध्वज, वाऱ्याच्या झुळकांशी लडिवाळपणा करत होते. त्यातून उमटणारा मंद नाद, समुद्राच्या लाटांशी ताल धरत होता. कृष्णप्रासादातील गवाक्षाशी उभ्या असलेल्या श्रीकृष्णाची नजर नकळत आकाशाकडे वळली. आकाशात प्रातःकाळच्या तेजरेषा उमटल्या नव्हत्या; पण चंद्राभोवती अनाम अंधाररेषांचे कोंडाळे तयार झाले होते. क्षितिजापासून थोड्या अंतरावर पिवळ्या रंगाचा अपरिचित आकार निर्माण झाला होता. आकाशगंगेत उमटलेले हे संकेत श्रीकृष्णास स्पष्ट जाणवले. नकळत त्याने छातीभर श्वास घेतला. लगेच तो जराजर्जर अवस्थेत पोहोचलेल्या जन्मदात्यांच्या महालाकडे चालू लागला. आता द्वारकेत केवळ वृद्ध पिता वसुदेव आणि प्रपौत्र बालक वज्र हे दोनच पुरुष उरणार होते. बाकी सारे प्रभासक्षेत्री जाण्याच्या उत्साहात केव्हाच दुर्गाबाहेर रवाना झाले होते.

जन्मदात्यांच्या महालात कृष्णप्रवेश झाला. त्याने प्रथम तात वसुदेवास वंदन केले. काळाच्या थपडा खाऊन वसुदेवाचा देह जर्जर झाला होता.

"वत्सा, कल्याणमस्तु!" वसुदेवमुखी आशीर्वचन आले. मानुषी मर्यादांचा परिणाम नसल्यागत तो स्वर बराच काळ आसमंतात घुमत आहे असे श्रीकृष्णास वाटले. पित्याच्या चरणांस स्पर्श करून तो माता देवकीच्या चरणाशी झुकला.

"दीर्घायु भव!" थरथरणारा हात पुत्राच्या मस्तकी ठेवून माता उद्गारली. तो स्पर्श हवाहवासा वाटून श्रीकृष्णाने काही काळ मस्तक होते तसेच राहू दिले. मातेच्या हातात अधिक कंप सुटल्याची जाणीव होऊन त्याने नजर उचलून वर बघितले. मातेचा हात धरून मटकन देवकीच्या चरणांशी बसला.

''तीर्थाटन यशस्वीपणे संपवून लवकर ये पुत्रा!'' वसुदेव म्हणाले.

''आम्ही तुझी प्रतीक्षा करू.'' कापऱ्या स्वरात देवकीने सांगितले.

मातेचा स्वर कापरा होता की आपण विचलित झालो आहोत, याचा श्रीकृष्णास उमज पडेना.

''माते, आवागमनाचे अवलंबन परमात्म्यास सुपूर्द करावे. जो परमात्मा तीर्थाटनास बोलावत आहे, त्या परमात्म्याच्या इच्छेस महत्त्व आहे.'' श्रीकृष्णाच्या शब्दांत संदिग्धता निनादली.

''असे म्हणू नको पुत्रा!'' माता हळूच म्हणाली. ''तुला जन्म दिला, त्याच रात्री मी तुझा त्याग केला.''

''नाही माते! तू माझा त्याग केला नव्हता. माझ्या परमहिताचे रक्षण करण्यासाठी तू तुझे मातृत्व अंतरात ठेवलेस. मातृत्वाची वेदना तू जिरवत राहिलीस.''

''त्या दिवशी छातीशी धरून तुला दुग्धपान न करवता मी गोकुळात पाठवले; त्या वेळी तू केव्हा परतशील, ते मी विचारले नाही. विचारले असते तरी तू उत्तर देऊ शकला नसतास.'' देवकीच्या नजरेसमक्ष जणू मथुरेचे कारागृह आणि कृष्णजन्माचा क्षण तरळत होता. ती आसुसून म्हणाली, ''पण पुत्रा, आज तू तीर्थाटनाहून केव्हा परत येशील, ते मला विचारावेसे वाटते आहे.''

क्षणभर कृष्णनजर मातेवर स्थिरावली. मथुरेच्या कारागृहात मातेने विचारले असते तर खरोखर त्याच्यापाशी यथार्थ उत्तर नव्हते; पण आजच्या प्रश्नाचे उत्तर तो जाणून होता तरी ते मातेस सांगता येणार नव्हते. मोहवश अर्जुनास वा कर्मज्ञानाची मागणी करणाऱ्या उद्धवास गीता सांगणारा श्रीकृष्ण स्वतः क्षणभर निखळ पुत्र बनला.

''माते, मला आशीर्वाद दे. जो मार्ग कल्याणमय असेल त्या मार्गावर आपण सर्वांनी गती करावी.'' श्रीकृष्णमुखी पुन्हा संदिग्धता निसटली.

''पुत्रा,'' पिता वसुदेव म्हणाले, ''मातेस तुझी प्रतीक्षा आहे, तर मला एका धन्य क्षणाची प्रतीक्षा आहे.''

''आज्ञा करा तात!''

''त्या रात्रीस घोर रात्र म्हणावे की मंगलरात्र, ते मी नक्की करू शकत नाही. जन्मदाता या नात्याने तुझे रक्षण करणे हा धर्म होता. त्याचे मी परिशीलन केले नाही...'' त्यांच्या कंठात आवंढा दाटला.

''असे म्हणून नका तात! मला गोकुळास नेणे, हे पितृधर्माचे पालन होते.''

''असेल! पण मला नेहमी असे वाटत आले आहे की, मीच मथुरेत तुझे रक्षण करायला हवे होते.'' वसुदेवाच्या स्वरात ठामपणा होता. ''आता केवळ एकच आस आहे की, माझ्या अंतिम क्षणी तू मला निरोप द्यावास.''

"म्हणजे?" श्रीकृष्ण दचकला.

"वत्सा!" वसुदेवांच्या स्वरात प्रगल्भता प्रकटली. "माझे देहधर्म संपले आहेत. आत्मा बह्मात विलीन होत असताना, तू मला जलांजली द्यावीस. ती प्राप्त करून मी धन्य व्हावे, असे मला वाटते."

दालनात जड शांतता दाटली. पूर्वा उजळली नव्हती. श्रीकृष्णाची नजर दक्षिणेस वळली. तो अपरिचित पिवळट आकार अधिक ठळक झाला होता. ते पाहून कृष्णमुखावरील स्मित विरसले. अपराधी भावनेने श्रीमुख काळवंडले. इतकी वर्षे पिता स्वतःस अपराधी भावनेने पीडत असल्याची जाणीव त्यास दुखावणारी होती. पिता वसुदेवाचा आत्मा ऊर्ध्वगामी होत असताना पुत्राने जलांजलीच्या माध्यमातून त्यांना अनंताच्या मार्गासाठी निरोप दिल्यानेच त्या पीडेचे शमन होणार होते. महाकाळाने मांडलेली ही थट्टा - छलना! उत्तर ठाऊक असूनही मातेच्या प्रश्नाचे उत्तर देता न येणे ही छलना! आणि पित्याच्या इच्छात्मक आदेशाचे पालन करता न येणे, हीसुद्धा छलनाच!

"पिताश्री, प्रत्येक यादवकुमारांत पिता वसुदेव आणि पुत्र कृष्णाचा अंश वसला आहे. द्वारकेची हवा आणि आकाश, समुद्र आणि भूमी... सर्वत्र हे अंश विखुरले आहेत. प्रत्येक श्वासात तुम्ही हा अनुभव घेऊ शकाल." श्रीकृष्ण मृदू स्वरात उत्तरला.

पुनश्च वातावरणात मौनाचे जडत्व दाटले. द्वारकेच्या दुर्गाबाहेर जमलेल्या यादवांच्या उत्साही आरोळ्या इथवर ऐकू येत होत्या. सर्वांना आता श्रीकृष्णाचीच प्रतीक्षा आहे हे सांगायला तर्काची गरज नव्हती. चहूकडे मुख फिरवत श्रीकृष्णाने चारही दिशांच्या देवतांना नमन केले. पुनश्च माता-पित्यांच्या चरणांना स्पर्श करून तो उठला.

"कल्याणमस्तु वत्स!" दोघांच्या मुखातून एकाच वेळी आशीर्वचन उमटले. मंद पावलाने कृष्ण दालनाबाहेर पडला.

सागराच्या लाटांवर स्वार होऊन साऱ्या नौका सोमनाथला पोहोचल्या. दिवसाचा तिसरा प्रहर संपण्याच्या तयारीत होता. पुढचा प्रवास अश्व आणि रथातून होणार होता. सोमनाथाची पूजा करण्यासाठी यादववीरांनी उत्साहाने समुद्रस्नान केले. सर्वांनी शिवलिंगावर जलाभिषेक करून अर्घ्य समर्पित केले. बिल्वपत्र आणि फुले वाहून षोडशोपचारे पूजा संपूवन सारे रथाकडे धावले. सूर्यास्त होण्यापूर्वी साऱ्यांना प्रभासक्षेत्री पोहोचायचे होते. हिरण्य आणि कपिला या नद्यांच्या संगमावर रात्र मजेत व्यतीत करण्याचा सर्वांचा मानस होता. प्रभासक्षेत्री शक्य तितक्या लवकर पोहोचण्याची साऱ्यांना घाई झाली होती. सोमनाथाची पूजा करण्यात फार वेळ घालवण्यास कुणी राजी नव्हते. या अधीरावस्थेचे कारण श्रीकृष्णास अलगद जाणवत होते. त्वरित

प्रभासक्षेत्री रवाना होण्याच्या योजनेस त्याने अनुमतीही दिली. साऱ्यांनी प्रभासक्षेत्राची दिशा घेतली. यादववीरांच्या सावल्या सोमनाथाच्या समुद्रतटी लांबच लांब बनत होत्या; पण या सावल्या पूर्वाभिमुख नसून, दक्षिणाभिमुख बनल्याचे केवळ श्रीकृष्णास जाणवले. इतर कुणाचे तिकडे लक्षच नव्हते.

रथ आणि अश्वांनी प्रभासक्षेत्राची दिशा घेतली तरी ज्येष्ठ भ्राता दाऊ शिवलिंगासन्मुख पद्मासन घालून बसला होता. श्रीकृष्णाशिवाय कुणीही त्याची नोंद घेतली नाही. सारे गेले तरी बलराम अचल बसून होता. म्हणून प्रमाण करत श्रीकृष्ण म्हणाला, ''दादा, संध्याछाया उतरण्याची वेळ होत आहे. सारथ्यास आपली प्रतीक्षा आहे.''

बलरामानी प्रतिसाद दिला नाही. तो तसाच समाधिवस्थेत बसून होता.

''दाऊ!'' त्यास हस्तस्पर्श करत श्रीकृष्णाने किंचित हलवले.

बलरामानी डोळे उघडले; पण त्याची नजर आपल्याला न्याहाळत नसून समुद्राच्या अफाट जलराशींचा वेध घेत आहे, अंतरिक्षात उतरली आहे, असे श्रीकृष्णास वाटले. तोच बलराम म्हणाला, ''कृष्णा, बंधो, तुम्ही सारे प्रयाण करा. मी इथेच ध्यान लावून बसणार आहे.''

❖

१४

श्रेय आणि प्रेय

रात्रीचा अंधार दाटण्यापूर्वी प्रभासक्षेत्रास पोहोचण्याचे मर्म मद्यप्रिय बलरामाला कळत नसणे शक्य नव्हते. तरी वेगाने पुढे जाणाऱ्या यादववीरांकडे दुर्लक्ष करून आपला बहुमूल्य वेळ सोमनाथाच्या समुद्रतटी समाधिवस्थेत व्यतीत करण्याची इच्छा तो व्यक्त करत होता. ज्येष्ठ भ्रात्याची ही अनपेक्षित इच्छा कृष्णमनात प्रश्नचिन्ह जन्मास घालत होती.

"दाऊ," बलरामासमीप जाऊन श्रीकृष्णाने विनंती केली; "अंधार होण्यापूर्वी आपण प्रभासक्षेत्री पोहोचायचे ठरले आहे. वेळेचा हिशेब..."

"त्या हिशेबाचे बंधन आता माझ्यासाठी नाही." बलरामाच्या स्वरात अनिच्छा स्पष्ट निनादली. तो गंभीर स्वरात म्हणाला, "कृष्णा, माझ्यापुरता निश्चय झाला आहे."

"निश्चय?" श्रीकृष्ण गोंधळून म्हणाला, "प्रभासक्षेत्री पोहोचून मुक्तीचा आनंद साजरा करण्याचा सर्वांचा निश्चय आहे."

बलरामानी उत्तर दिले नाही. तो जागचा हललाही नाही. क्षणभर श्रीकृष्णास त्याची नजर दूर - क्षितिजाच्या पल्याड खोल उतरली असल्याचे जाणवले. समुद्राच्या लाटा जोरात पुढे सरकत आपटून परतत होत्या. ती गाज शिवमंदिराच्या भिंतींवर प्रतिध्वनित होऊन वातावरणात फैलावत होती; पण बलरामास जणू काहीही जाणवत नव्हते.

''दाऊ!'' अगदी निकट जाऊन श्रीकृष्ण त्याच्या कानाशी वाकला. ''कसल्या विचारात आहात?''

''कृष्णा!'' श्रीकृष्णास त्याचा स्वर वेगळ्या जगातून उमटला असल्यागत अनोळखी वाटला. तो बोलत होता, ''प्रभासक्षेत्राच्या प्रवासाचे आयोजन आणि माता गांधारीचा शाप यात अंतर...''

''दाऊ!'' कृष्ण दचकून ओरडला. ''तुम्ही... तुम्ही... काय म्हणता आहात?''

''जीवनधर्माच्या समाप्तीचा ऐच्छिक स्वीकार वसुदेवाच्या दोन्ही पुत्रांनी सारखाच करायला हवा, असे तुला वाटत नाही का?''

अवाक् श्रीकृष्ण बलरामाकडे बघत राहिला. बलरामाच्या मुखावर अभिनव प्रसन्नता दाटली होती. अशी प्रसन्नता इतक्या वर्षांत त्याने कधी बघितली नव्हती. अचानक पिता वसुदेव आणि माता देवकी, पुत्रांची प्रतीक्षा करत असल्याचे स्मरण झाले. आता ती प्रतीक्षा...

''माधवा!'' बलराम किंचित ओठ फडफडवत स्वगत बोलावं तसं पुटपुटला. ''महर्षी कश्यपांच्या शापाचेही विस्मरण होऊ देता येणार नाही.''

''होय संकर्षणा! ते स्मरण आपल्याला ऊर्ध्वगामी बनवो, अशी आपण प्रार्थना करू.''

''प्रार्थनेच्या उद्देशाने मी इथे समुद्रतटी योगसमाधी घेऊ इच्छितो. तत्पूर्वी या पावन क्षणी, बंधो मला तुझ्याकडे क्षमायाचना करायची आहे.''

''दाऊ!'' तुम्ही ज्येष्ठ भ्राता! क्षमायाचना का म्हणता?''

''अग्रज वा अनुज असणे ईश्वरदत्त असते. मानवासाठी केवळ असणे हेच वास्तव! अस्तित्व संपत असताना, या शेवटच्या क्षणी...''

बलरामाची ही स्पष्टोक्ती ऐकून श्रीकृष्ण अवाक् झाला. तो बोलत होता, त्याचा मथितार्थ स्पष्ट होता. त्याच्या या कृतीमागे समग्र योजना असल्याचे श्रीकृष्णास जाणवले.

''अंत आरंभाच्या क्षणीच निर्माण होतो, दाऊ! हे सत्य तुम्ही जाणता. असणे हासुद्धा भ्रम असल्याचा साक्षात्कार, प्रसंगी घडतच असतो.''

''होय, पण अस्तित्वाचा लोप होण्यापूर्वी मला, माझ्या मद्यप्रेमाने कृष्णप्रेमावर मात केली, ही कबुली देऊन या व्यथेतून मुक्त व्हायचे आहे.''

बलरामाचा संकेत श्रीकृष्णास उमगला. बलरामानी गुप्त ठेवलेले रहस्य श्रीकृष्णास कळलेले होते. द्वारकेत मद्यबंदीची घोषणा झाली, त्या क्षणापासून किती आंतरिक संघर्ष पेलला, याची त्याने एका वाक्यात कृष्णास प्रचिती घडवली.

''बंधो!'' बलराम म्हणाला. ''मद्यबंदी हे निमित्तमात्र! याची मला जाणीव आहे. तरी वृष्णीवंशीयांनी त्यांच्या सनातन गौरवास आच येऊ न देणे योग्य होते; पण

ते आपण करू शकलो नाही हे अपयश कबूल करण्यात लज्जा व अहंकार अडथळा बनू नये. यादवांच्या गौरवास आच येऊ नये यासाठी तू शक्य ते सारे करण्याचा प्रयत्न केलास. या अपयशाच्या उत्तरदायित्वाचा मी स्वीकार केला पाहिजे. समग्र यादव वंशाचे जाऊ दे, पण कृष्णा मी...''

''असे म्हणू नको दादा!'' श्रीकृष्ण मटकन मोठ्या भावाच्या चरणांशी बसला. त्याचा हात हाती घेऊन तो म्हणाला, ''आपण निमित्तमात्र असतो. कर्माचे भवितव्य आधीच निर्माण झालेले असते.''

''तरी श्रुति आपल्याला वारंवार सतर्क राहण्यासाठी सूचना देत असतात. खुद्द यमराजाने बालक नचिकेताच्या माध्यमातून मानवास संदेश दिल्याचे तू विसरला नसशील कृष्णा-

अन्यच्छ्रेयोऽन्यदुतैव प्रेय-
स्ते उभे नानार्थे पुरुषं सीमितः ।

''श्रेय आणि प्रेय ही भिन्न तत्त्वे आहेत. ही तत्त्वेच बंधनकर्ता सिद्ध होणारी आहेत.''

''मी हे जाणतो दादा! सूर्यपुत्र यमाने या मंत्रात सुचवले आहे ते ग्रहण करणारा कल्याणमार्गाने जातो, हेही मी जाणतो.''

''होय, पण मी द्वारकेच्या श्रेयाचा भोग देऊन प्रेयाचे अनुसरण केले. ते प्रेय तत्त्व आता माझ्या श्रेय तत्त्वाच्या मार्गात विघ्न ठरू नये, यासाठी बंधो, मला कबूल करू दे. मी तुझा अपराधी आहे. समग्र यादव वंशाचा अपराधी आहे. मी मंगल तत्त्वांचा आणि उदात्त भावनांचा द्रोह केला. बस, आता मला काही विचारू नकोस आणि सांगू नकोस. बंधो, आता श्रेयाच्या मार्गावर माझे क्रमण होऊ दे, अशी भगवान शिवाची प्रार्थना कर. जमल्यास तू तुझ्या अग्रजास क्षमा कर.'' बलरामानी पुन्हा डोळे मिटून देह ताठ करत पद्मासन स्थिर केले. क्षणार्धात त्याच्या मुद्रेवर निर्विकल्प भाव पसरला. आशीर्वचनाच्या उच्चारासाठी ओठ किंचित हलले, ''कल्याणमस्तु!''...समुद्राच्या प्रवाहात एक जोरदार लाट उसळली. तिने श्रीकृष्णाचा चेहराच नव्हे; तर डोळेही भिजवले. काही न बोलता नतमस्तक होऊन श्रीकृष्णाने हात जोडून ज्येष्ठ भ्रात्यास वंदन केले. सर्व दिशांना मस्तक घुमवून त्याने दाही दिशांत वसलेल्या देवतांना वंदन केले. बलरामाच्या सन्मुख शिवलिंग स्थापित झाले होते. त्यास वंदन करताना श्रीकृष्णाने डोळे मिटले.

तो क्षण बलरामाच्या दीर्घकालीन संबंधांच्या समाप्तीचा क्षण असल्याची श्रीकृष्णास जाणीव झाली. नम्रपणे त्याने या क्षणाचा स्वीकार केला आणि तो पाठ फिरवून चालू लागला. अपेक्षेहून अधिक वेगाने माता गांधारी आणि महर्षी कश्यप यांचे शाप वर्तमान बनण्यास आरंभ झाला. धीम्या गतीने तो रथाशी पोहोचला. तोवर

सारे यादव दृष्टिपथाच्या पल्याड पोहोचले होते. सारथी दारुकास श्रीकृष्णाने हळुवार स्वरात आदेश दिला, ''दारुका, आपण आता प्रभासक्षेत्री जायचे आहे.''

''पण यदुनंदना, ज्येष्ठ भ्राता संकर्षण बलराम...'' दारुकाने चाचरत विचारण्याचा प्रयास केला.

''दाऊ आपल्याहून ऊर्ध्वगतीस लागले आहेत. दारुका, आता त्यांची प्रतीक्षा व्यर्थ आहे.''

श्रीकृष्ण रथारूढ झाला. दारुकाने रथास वेग दिला. ते प्रभासक्षेत्री पोहोचले, तेव्हा रात्रीचा दुसरा प्रहर सुरू झाला होता. सारे नक्की केल्या स्थळी केव्हाच पोहोचले होते. ते मद्यपान आणि इतर भोगक्रियेत मग्न होते. बलराम-श्रीकृष्ण आपल्यात नाहीत याची कुणाला जाणीवही नव्हती. सारे मद्याने बेहोश झाले होते. कुणी हिरव्या गवतात, तर कुणी कुठे लोळत होते. खुद्द महाराज उग्रसेन आणि वयोवृद्ध अक्रूरही अर्धबेभान अवस्थेत होते. हे पाहून श्रीकृष्णाने तोंड फिरवले.

रथातून उतरून श्रीकृष्ण एका वृक्षाखाली आसनस्थ झाला. मुक्तीचा आनंद साजरा करताना त्यांच्या अनुपस्थितीची नोंद यादवांनी घेतली नाही. तसे कृष्णानेही विपरीत अवस्थेत पसरलेल्या यादवांकडे दुर्लक्ष केले. निर्लेप भावनेने त्याने समोर बघितले. थोड्या अंतरावर कृतवर्मा व सात्यकी एकमेकांना मद्याचा आग्रह करत होते. क्षणभर कृष्णमुखावर गूढ स्मित उमटले. हेच वीर कुरुक्षेत्राच्या महासंग्रामात विरुद्ध पक्षात राहून एकमेकांचा वध करण्याच्या प्रयत्नात होते, या स्मरणाने कृष्णमनात प्रश्न निर्माण झाला. मद्यासारखे नास्तिवाचक, प्रसंगी मैत्रकर्माची प्रेरणा बनू शकते का?

श्रीकृष्णाने मान फिरवली. या दिशेस अर्धबेभान अवस्थेत महाराज उग्रसेन मद्यपानाचा प्रयास सोडत नसल्याचे दृश्य दिसले. या अयशस्वी प्रयासात मद्यप्रवाह त्यांच्या चेहऱ्यावर सांडत असल्याचेही त्यांना कळत नव्हते. प्रदीर्घकाळ यादवांचे नेतृत्व करणाऱ्या या वयोवृद्ध कर्तृत्ववान पुरुषाचे विपरीत रूप श्रीकृष्ण निर्लेप मनाने बघत होता. उग्रसेनांची वस्त्रे मातीत अस्ताव्यस्त लोळत होती. राजचिन्हेही इतस्ततः विखुरली होती; पण त्यांना कसलेच भान नव्हते. मद्यपानाचा मोह त्यांची तृष्णा वाढवत होता. अक्रूर वयास न साजेशा बीभत्स रीतीने महाराजांकडे बघत खदाखदा हसत होते. नीरव शांततेत हे हास्य आनंदसूचक न वाटता विपरीत आणि भयाण भासत होते. एका बाजूस कुमार प्रद्युम्न, सांब, सारण व इतर यादवकुमार मद्यपान आणि भोजनात रममाण होते. सर्वत्र उष्टी पात्रे विखुरली होती. सेवकांनी प्रज्वलित केलेल्या मशालींच्या प्रकाशामध्ये सर्वांच्या सावल्या विचित्र आणि भयावह भासत होत्या.

नकळत श्रीकृष्णाने गवताकडे हात लांबवला आणि हिरव्याकंच गवताची टोके

जणू कृष्णाच्या हातास डसली. हा डंख त्याला चकित करणारा होता. मृदू मुलायम तृणांना तीक्ष्ण टोके कशी? त्याला प्रश्न पडला. नकळत त्याने गवताच्या एका काडीचे निरीक्षण करत त्यावर बोट फिरवले. आपण तृणपर्णाचे निरीक्षण करत नसून तृणपर्ण आपले निरीक्षण करत आहे, या भावनेने तो शहारला. तळव्यावर तृणपर्ण सांभाळून श्रीकृष्ण विचारात हरवला. थोड्या अंतरावर समुद्र उसळ्या मारत होता. आत्ता ओहोटी असली तरी भरतीच्या समुद्रलाटा इथवर पोहोचत असतील, असा त्याने तर्क केला. जवळच हिरण्य आणि कपिला या नद्यांचे संगमस्थान होते. अद्वैतातून द्वैताचा आकार सिद्ध करत गंतव्यस्थानी विलोपित होणाऱ्या जलराशींकडे श्रीकृष्ण अनिमिष नेत्राने बघत राहिला. जलराशींच्या घनगंभीर आवाजाचे पडसाद वातावरणात गुंजत होते.

तळव्यावर ठेवलेल्या गवताकडे बघणाऱ्या श्रीकृष्णाच्या मुखावर पुनश्च गूढ स्मित उमटले. समुद्रजलाने या गवतास जन्म दिला आणि कुमार सांबाच्या पोटी अवतरलेल्या लोखंडाच्या मुसळाचे चूर्ण करून उग्रसेन महाराजांनी समुद्राच्या जलराशीत फेकले होते. द्वारकेच्या समुद्राने स्वीकारलेले चूर्ण या जलराशींनी इथवर आणून प्रस्थापित केले असेल... श्रीकृष्णाने पुन्हा लक्ष देऊन त्या गवताच्या काडीचे निरीक्षण केले. पानाच्या टोकाचे टोकदारपण अनुभवण्यास त्याने पुनश्च स्पर्श केला. तृणपर्णाच्या टोकावर मुसळाच्या चूर्णासारखे बिंदू चमकत होते. मशालींच्या प्रकाशात ती चमक विचित्र भासत होती.

मद्यपानाचा अतिरेक केलेल्या महाराज उग्रसेनांनी आता उठून उभे राहण्याचा प्रयास आरंभला. दोन हात जमिनीवर टेकून आधार घेण्याच्या प्रयत्नात असूनही वारंवार त्यांचा तोल जात होता. श्रीकृष्ण विषादपूर्ण नजरेने ही त्रेधातिरपिट बघत होता. महाराजांचा राजमुकुटच काय, सैलावलेली वस्त्रेही स्थानभ्रष्ट होत होती. त्यांची अवस्था पाहून अक्रूरांस हसू आवरेना. अक्रूरांचे खदाखदा हसणेही अत्यंत बीभत्स होते.

नकळत श्रीकृष्ण उठला आणि महाराज उग्रसेनांपाशी गेला. अजून महाराजांचा उठण्याचा प्रयास यशस्वी झाला नव्हता. श्रीकृष्णाने त्यांना आधार देऊन उठवले. मस्तक उंचावून त्यांनी श्रीकृष्णाकडे बघितले.

"कोण? अक्रूर?" महाराजांनी कापऱ्या स्वरात विचारले.

"महाराज आपण अस्वस्थ आहात. माझा हात सोडू नका. मी सांभाळून तुम्हाला तुमच्या शिबिरात नेतो. तिथे आपण विश्राम करा." प्रश्नाचे उत्तर न देता श्रीकृष्णाने नम्र स्वरात आदेश दिला.

"पण... पण तू आहेस कोण? अक्रूर नाहीस?" महाराजांनी विचारले. पुन्हा त्यांचा तोल गेला.

हे बघणाऱ्या अक्रूरांस पुन्हा खूप हसू आले. श्रीकृष्णाने त्या दिशेस बघितले. अक्रूर मोठमोठ्याने हसत ओरडत होते.

"या वृद्ध राजास माझा हेवा वाटतो. कृष्णा, पुत्र कंसाने याच्यावर कारावास लादला. वसुदेवालाही कारावास भोगावा लागला; पण मी मुक्त होतो... याचा या म्हाताऱ्यास आजही हेवा वाटतो."

"अक्रूर!" श्रीकृष्ण उग्रसेनांचा हात सोडून अक्रूरांकडे जात म्हणाला. "यदुप्रवीर, अतीताचे थर आता उखडू नका. त्या व्यथायुक्त स्मरणांना निरोप देणेच योग्य आहे."

"निरोप देऊ?" उभे राहण्याचा प्रयास करीत महाराज बरळले. "ज्या अक्रूराने यादव गणतंत्रात कंसाच्या विनाशाचे समर्थन केले, त्या निष्ठूर कुलांगाराची करणी मी विसरू?" नकळत त्यांच्या स्वरात सत्तेचा टणत्कार दाटला. ते ओरडले, "सैनिकांनो, या कुलांगारास मी देहान्ताची सजा फरमावत आहे..."

"बस करा महाराज..." त्यांना शिबिराकडे नेत श्रीकृष्ण म्हणाला.

"हा... हा... हा हा..." अक्रूरांनी केलेल्या अट्टाहास्याचे पडसाद वातावरणात गुंजत राहिले.

❖

१५

राजचिन्हेही धुळीत माखली...

अक्रूरांच्या हास्याचे पडसाद जणू महाकाळाच्या भिंतीवर आदळले. त्या भिंतीत क्षणभर कंपने दाटल्याची अनुभूती श्रीकृष्णाने स्थिर नजरेने आत्मसात केली.

महाराज उग्रसेनास कैद करून राजकुमार कंसाने यादव गणतंत्राचा ऱ्हास आरंभला. वृष्णीवंशीय गणतंत्राचे तीन वरिष्ठ उग्रसेन, वसुदेव आणि अक्रूर या सर्वांना कंसाचे वर्तन अत्यंत अनपेक्षित वाटले. इतके की, प्रतिक्रियाही देणे त्यांना जमले नाही. सारे हतप्रभ झाले. समग्र यादव समाजाची मदार या तिघांवर! कंसाच्या पहिल्या प्रहाराने उग्रसेनास कैदी बनवले, तर दुसरा प्रहार देवकी आणि तिचा पती वसुदेव यांच्यावर झाला. कुणाला प्रतिक्रिया देण्याची उसंत न देता अत्यंत वेगाने कंसाने घटनाचक्र फिरवले. समग्र यादव समाज किंकर्तव्यमूढ झाला. हतबुद्ध झाला. गणतंत्राचा हा विध्वंस कुणाच्या कल्पनेतही बसणारा नव्हता. गणतंत्र वाचवण्याची शक्ती असणाऱ्यांपैकी केवळ अक्रूर उरले म्हणून साऱ्यांची त्यांच्यावर मदार होती. जरासंधकन्या प्राप्ति व अस्ति यांचा कंसाच्या अंतःपुरात प्रवेश झाला. मथुरेच्या कंसाच्या एकचक्री शासनास, मगधाच्या साम्राज्यवादी जरासंधाचे समर्थन मिळाले. समर्थ पाठबळ मिळाले की, कंसास ताळतंत्र उरणार नाही याची प्रत्येकास

जाणीव होती. बरे घडण्याची आशाच नष्ट झाली. तरी अक्रूर यादव समाजाच्या हितार्थ काही करतील, ही आशा धुगधुगत होतीच.

पण आणीबाणीच्या क्षणी गणतंत्राचे नेतृत्व करून कंसाच्या एकचक्री अमलास आव्हान देणे टाळून अक्रूरांनी कंसास पाठिंबा दिला. कंसाच्या वर्तनाहून अक्रूरांचे वर्तन अधिक बुचकळ्यात पाडणारे होते आणि धक्कादायकही! अक्रूरांत गणतंत्राचा उद्धार करण्याचे सामर्थ्य नसले तर यादव परिवार इतर कुणाच्या मदतीची अपेक्षा ठेवूच शकत नाही असे सर्वांना वाटले. ते कमी होते तर पाहता पाहता त्यांनी कंसाच्या विश्वासाच्या लोकांत स्थान प्राप्त केले.

काही वृद्ध यादवांनी मात्र अक्रूरांचे वर्तन योग्य आणि यादव समाजासाठी हिताचे असल्याचा निर्वाळा दिला. त्यात त्यांना अक्रूरांच्या दूरदृष्टीचे दर्शन झाले होते. अक्रूरांनी कंसाला विरोध केला तर कंस त्यांना तुरुंगात ढकलणार होता. अक्रूर कैद झाले तर यादव समाजाचे हित अशक्य झाले असते. त्यापेक्षा कंसाच्या विश्वसनीय वर्तुळात राहून यादवांचे हित करणे अक्रूरांनी योग्य ठरवले असावे, असा या वृद्धांचा तर्क होता. कंसाचा विश्वास प्राप्त करून, थोड्या कालावधीत संधीचा क्षण टिपतील आणि चमत्कृतिपूर्ण कार्य करून अक्रूर गणतंत्राची पुनर्स्थापना करतील अशी श्रद्धा या वृद्धांच्या मनात होती.

पण तसे घडले नाही. कुमार कृष्णाची हत्या हेच कंसाच्या धनुर्याग यज्ञाचे प्रयोजन असल्याचे सारे जाणून होते. कंसाने मुत्सद्दीपणाने या यज्ञासाठी कृष्ण-बलरामास निमंत्रित करून गोकुळाहून मथुरेस आणण्याचा अक्रूरास आदेश दिला. अक्रूर आज्ञापालनासाठी गोकुळास रवाना झाले. त्यांनी विरोध केला नाही, हे पाहून आशावादी यादवांच्या मनातही वैफल्य दाटले. व्रजभूमीत आशा ठेवावी असे एकटे अक्रूरच होते. निमंत्रणाचे काम दुसऱ्या कुणावर सोपवले तर गोकुळात सर्वांना यात काळे-बेरे असल्याची खात्री पटेल, हे कंसास कळत होते. अक्रुरांवर सर्वांचा विश्वास आहे, हे जाणून असल्याने त्याने या विश्वासाचा फायदा घेणे योग्य असे ठरवले होते. ज्येष्ठ आणि मान्यवर यादव म्हणजे अक्रूरच हे त्याचे समीकरण योग्यच होते. आपली योजना ते सरळपणे पार पाडू शकतील, या खात्रीनिशी त्याने अक्रूरांवर पसंतीची मोहोर मारली. विनाविरोध या कामाचा स्वीकार करून अक्रूर या दुष्ट योजनेचा अंश बनले.

नंतर जे घडले ते सारे अनपेक्षितच होते. कंस कृष्णाची हत्या करण्यापूर्वी कृष्णाने कंसाचा वध केला. महाराज उग्रसेन आणि पिता वसुदेव यांना कारागृहातून मुक्त केले. वृष्णीवंशीय गणतंत्राच्या सर्वोच्च पदावर कृष्ण आरूढ झाला नाही. त्याने महाराज उग्रसेनास या स्थानावर पुनः स्थापित केले. कंसाच्या काळात एकचक्री अमलास पाठिंबा देणाऱ्या अक्रूरांस जेव्हा श्रीकृष्णाने सन्मानित केले,

तेव्हा यादव समाजात आश्चर्याची लाट उसळली. पुनश्च मथुरेच्या गणतंत्रात महाराज उग्रसेनाचे उजवे-डावे हात म्हणून वसुदेव आणि अक्रूर शोभू लागले.

विस्मृतीत खोलवर गाडलेली ही जुनी घटना मद्यपानाच्या अतिरेकाने महाराज उग्रसेनांच्या स्मरणपातळीवर आली. मानवमनाची अद्भुत विषमता, श्रीकृष्ण विस्मित नजरेने बघत राहिला. अक्रूरांचे विकट हास्य आणि महाराजांची विपरीत परिस्थिती, यांतून महाराज उग्रसेनांस वर काढण्याच्या प्रयत्नाचा भाग म्हणून श्रीकृष्णाने त्यांना शिबिरात नेण्याचा आटोकाट प्रयत्न केला; पण महाराजांनी स्वतःच तो हाणून पाडला. संतापून श्रीकृष्णाच्या हातास हिसडा देत ते अक्रूरांकडे धावले; पण त्यांची पावले त्यांना सहकार देईनात. ते धरणीवर कोसळले. त्यात त्यांचे उत्तरीय संपूर्णपणे सरकून धुळीत पडले. राजचिन्हेही धुळीत माखली...

विषादपूर्ण नजरेने श्रीकृष्ण धरणीवर अस्ताव्यस्त पडलेल्या त्या वृद्ध यादवाकडे बघत राहिला. महाराज उग्रसेन आपल्यावर धावून येत असल्याची जाणीव होऊन वेगाने मागे सरण्याच्या प्रयत्नात, अक्रूरांच्या अस्थिर पावलांनीही सहकार दिला नाही. महाराज उग्रसेनांपासून थोड्या अंतरावर तेही विरूप अंगीभंगी अवस्थेत धरणीवर कोसळले.

मंद गतीने श्रीकृष्ण पुन्हा वृक्षाखाली आसनस्थ झाला. हात लांबवून त्याने तिथे उगवलेल्या एक प्रकारच्या गवतास स्पर्श केला. पुन्हा त्यास गवतात प्रविष्ट झालेला तीक्ष्ण डंख जाणवला. क्षणभर त्याने डोळे मिटले. चहुबाजूंस मेघगर्जना होत असल्यागत बोलण्याचा गडगडाट कानी पडत होता. मद्यपानाच्या अतिरेकामुळे हे यादव परस्परांत काय बोलत होते ते त्यांचे त्यांनाही कळत नव्हते. कोण कुणाशी काय बोलते आहे याचा उमज पडू नये असे सारे बरळत होते. त्या अस्पष्ट शब्दांचे पडसाद उठत होते. मोठ्याने ओरडण्याच्या स्पर्धेचा प्रसंग असल्यागत सारे आपले म्हणणे दुसऱ्याने ऐकावे, यासाठी बेंबीच्या देठापासून ओरडत होते. दीर्घकाल परिचित असलेल्यांचे आवाजही श्रीकृष्ण ओळखू शकेना.

"बघा - बघा तरी वासुदेव!"

अत्यंत निकट येऊन कुणी बोलत असल्याचे जाणवले तरी श्रीकृष्णाने डोळे उघडले नाहीत. तरी तो आवाज सात्यकीचा असल्याचे त्यास कळले.

"मधुसूदना, तो पाहा कृतवर्मा! कुरुक्षेत्रावरील त्याचे वर्तन आठवते ना?" सात्यकी अगदी समीप येऊन श्रीकृष्णाच्या कानी लागला.

आता डोळे उघडण्यास पर्याय नव्हता. सात्यकीच्या एका हातात खाद्यपदार्थ आणि दुसऱ्या हाती मद्याचा चषक होता. त्याच्या मुखातून ओघळणाऱ्या मद्यप्रवाहाने हनुवटी ओलांडून वस्त्रेही भिजवली होती. वस्त्रावर खाद्यपदार्थांचेही डाग होते.

सात्यकीपासून पाच-सात पावलांच्या अंतरावर कृतवर्मा दोन हात उंचावून जोरजोरात उड्या मारत होता. वस्त्र स्थानभ्रष्ट होत असल्याचेही त्यास भान नव्हते. अन्न आणि मद्याने त्याचे तोंड बरबटले होते. श्रीकृष्ण क्षणभर या यादववीरांकडे बघत राहिला. आर्यावर्तात सात वृष्णीवंशी अतिरथी वीरांचा सन्मानाने उल्लेख होत असे. त्यांत समावेश होणाऱ्या या प्रखर वीरांचे विरूप श्रीकृष्णास विलक्षण ओंगळ वाटले. वस्तुतः अर्जुनाकडे शस्त्रास्त्रविद्या शिकलेला हा वीर, श्रीकृष्णाचा प्रिय सखा होता. नकळत त्याला कुरुक्षेत्राचा महासंग्राम टाळण्यासाठी हस्तिनापुरास केलेले विष्टिकर्म आठवले. त्या वेळी दुर्योधनाने श्रीकृष्णास कैद करण्याचे हीन षड्यंत्र रचले होते. त्यावर पाणी फिरवण्यात सात्यकीचे महत्त्वाचे योगदान होते!

"युयुधान!" सात्यकीच्या खांद्यास स्पर्श करून श्रीकृष्ण सेहल स्वरात म्हणाला, "वीरा, तू शांत हो. तू जे करतो आहेस, ते तुला शोभणारे नाही.

"पण कृष्णा," स्वतःवरचा ताबा सुटलेला सात्यकी तारसप्तकात ओरडला.

"या कृतवर्माला आत्ता काय आठवले, ते ऐका! मध्यरात्रीच्या अंधारात शिबिरामध्ये निद्रावस्थेत असणाऱ्यांवर शस्त्राघात करण्याचे हीन कृत्य, हे क्षत्रियासाठी किती निंद्य कृत्य!"

खदाखदा हसणाऱ्या कृतवर्माचे हास्य खरोखरच असुरी वाटत होते. हातातील मद्यपात्र जोरात धरणीवर फेकत तो ओरडला. "जे भीष्म, द्रोण, कर्ण... करू शकले नाहीत, ते वीरोचित्त कृत्य आम्ही संपन्न केले. शत्रूंचा सेनापती धृष्टद्युम्न आणि पांडवांच्या भावी वारसदारांना नष्ट करण्यामध्ये माझा वाटा होता, याचा मला अभिमान वाटतो."

कृतवर्माकडे बघणाऱ्या श्रीकृष्णाच्या नजरेत करुणा दाटली.

"अरे यादव कुलांगारा! तुझ्या अधर्माने समग्र यादववंश लज्जित झाला आहे. झोपलेल्या वीरांवर घाव घालण्यात शवावर प्रहार करण्याजोगा अधर्म आहे. तुझा धिक्कार असो! धिक्कार असो तुझा!!" सात्यकीने हातातील पदार्थ कृतवर्मावर फेकला.

"तुझा क्षत्रियधर्म धन्य आहे!" तोंडातील मद्य चूळ भरल्यागत सात्यकीवर थुंकत तिरस्काराने कृतवर्मा ओरडला, "अरे शिनिकुमार सत्यकाच्या पुत्रा! कुरुक्षेत्राच्या महायुद्धात कौरवसेनेतील भुरिश्रवाचा हात कापला गेल्याने शस्त्रत्याग करून जखमी अवस्थेत तो आमरण उपोषणासाठी बसला, तेव्हा काय झाले होते? विसरलास काय तू ते? भुरिश्रवा योगसमार्धृत असताना तूच त्याची निर्घृण हत्या केलीस ना? ते क्षत्रियाधर्मास अनुसरून होते?"

क्षणार्धात श्रीकृष्णाच्या नजरेसमक्ष तो प्रसंग तरळला. त्याने रागाने कृतवर्माकडे बघितले.

"आणि महाबाहो! स्यमंतक मण्याच्या लोभात सत्राजिताची हत्या झाली त्यातही या पापी कृतवर्माचा हात होता, हे तुम्ही जाणता." सात्यकी आवेशाने कृतवर्माच्या दिशेस हातवारे करत ओरडला.

रात्रीच्या घनदाट अंधारात, विस्मृतीत ढकललेली ही घटना आठवली. या मण्याच्या चोरीच्या संशयाने प्रिय पत्नी सत्यभामेसही दंश केला, या स्मरणाने पुनश्च श्रीकृष्णास घायाळ केले.

"श्रीकृष्णा, या हीन कुलांगार क्षत्रियास त्याच्या अधर्माचरणाची शिक्षा झाली पाहिजे." श्रीकृष्णाच्या मुखावर विषाद आणि करुणा पाहून सात्यकी ओरडला. "तुम्ही करुणाघन असल्याने हा अधर्म करुणेने सहन केला असेल; पण आता मी ते सहन करणार नाही. या दुरात्म्यास या पापाची शिक्षा मी करणारच. त्यात त्याच्या जीवनाचा आजच अंत झाला तरी बेहत्तर!"

आणि डोळ्यांची पापणी लवते त्या वेगाने सात्यकीने आवेशाने कमरेची तलवार सरकन म्यानातून खेचली. काय होत आहे त्याची कुणास जाणीव होण्यापूर्वी, त्याने कृतवर्माच्या मानेवर शस्त्रप्रहार केला. मशालींच्या प्रकाशात विंझलेल्या शस्त्राचे पाते सळसळत्या विजेसारखे तळपले. असह्य वेदनेने कृतवर्मा कण्हला न कण्हला तोच त्याच्या मानेतून उष्ण रक्तलोट उफाळला आणि मस्तक जमिनीवर कोसळले. तरी बेभान सात्यकी आवेशाने देहावर प्रहार करत राहिला. कबंधातून उसळलेल्या रक्ताचे शिंतोडे सात्यकीच्या देहावर उडत होते. रक्तरंजित वस्त्रांमुळे सात्यकी अत्यंत भयानक आणि विकृत दिसत होता आणि कृतवर्माचा छिन्नभिन्न देहही!

सात्यकीचे कृत्य पाहून श्रीकृष्ण हादरला. त्यास रोखण्याचा प्रयत्न करण्यापूर्वी सात्यकी हवेत तलवार विंझू लागला. ते पाहून थोडे दूर मद्यपानात मश्गुल असलेले यादव, सात्यकीकडे धावले; पण ते सात्यकीला विरोध करण्यापूर्वी गोल गोल फिरणाऱ्या सात्यकीच्या तलवारीने त्यांचे देह छिन्नभिन्न होऊ लागले. म्हणून पाच-सात वीरांनी सात्यकीभोवती घेरा घातला. सारे सात्यकीवर तुटून पडले. रणरंग आणि मद्याने धुंद झालेला सात्यकी आवेशाने साऱ्यांशी झुंजत होता; पण साऱ्यांची शस्त्रे त्याच्यावरच पडत असल्याने त्यालाही असंख्य जखमा होत होत्या. त्यातून अविरत रक्तप्रवाह उसळत होता. त्याचे सामर्थ्य आणि क्षमता वेगाने ओसरत होती. पाय लटपटत होते आणि प्रतिकारशक्ती मंद पडत होती. कृतवर्माच्या मानेवर प्रहार करताना तो विलक्षण उत्तेजित झाला होता.

शिवाय जोश आणि शक्ती तेव्हा त्याला साथ देत होती, मग ती उरली नाही. यादववीरांनी घेरलेला सात्यकी स्वतःस त्यांच्या घावांपासून वाचवू शकत नव्हता. दूरवरच्या यादवकुमारांना इकडे अघटित घडत असल्याची जाणीव झाली. सात्यकीस

वाचवण्यासाठी कुमार प्रद्युम्नाने आरोळी ठोकली. गदा आणि तलवार घेऊन तो सात्यकीवर प्रहार करणाऱ्या यादवांवर तुटून पडला. कृतवर्माची सात्यकीने हत्या केल्याचे कळताच अन्य यादववीरही तिथे धावले. सारे सात्यकीवर आणि त्याला वाचवू पाहणाऱ्या प्रद्युम्नावर प्रहार करू लागले. या प्रखर आक्रमणाचा सामना करणे प्रद्युम्नाला जमेना. तो दोन्ही हातांनी सर्व दिशांना शस्त्रे विंझत होता. सामर्थ्य गमावलेला सात्यकी भूमीवर कोसळला. अनेक यादववीर त्याच्या आडव्या देहावर निर्मम प्रहार करत सुटले. प्रद्युम्नाकडून सात्यकीच्या देहाची विटंबना बघवेना. तोही आवेशाने सर्वांवर प्रहार करत सुटला. त्याच्या घावांनी काही यादवांची हत्या झाली. जमिनीवर रक्तामांसाचा चिखल दाटला; पण एकटा प्रद्युम्न चहुबाहूंनी कोंडाळे करणाऱ्यांसमोर किती काळ टिकणार? चार-पाच यादवांनी आवेशाने प्रद्युम्नावर प्रहार केले.

ताज्या रक्तमांसाच्या वासाचा दरवळ घुबड आणि गिधाडांना उत्तेजित करू लागला. ते आनंदाने कर्कशपणे किंचाळू लागले. चारही दिशांना त्यांच्या आनंदाचे पडसाद उमटू लागले.

❖

१६

मुलायम तृणाची तीक्ष्णता

कोणतीही पूर्वयोजना नसून परस्परांना मारत सुटलेल्या स्वजनांकडे श्रीकृष्ण पापणी न लवता बघत होता. एका डोळ्यात विषाद, तर दुसऱ्या डोळ्यात करुणेचा सागर! यादववीरांच्या देहातून त्यांचे अवयव तुटून जमिनीवर पडत होते. सर्वत्र धूळ, रुधिर आणि मांस यांचा चिखल दाटला होता. सारे अकारण एकमेकांचा नाश करण्यात गुंतले होते. त्यामध्ये खुद्द श्रीकृष्णाच्या अस्तित्वाचा अंश असलेले पुत्रसुद्धा होते; त्यामुळे अस्तित्वाचे विलोपन होत असल्याची भावना कृष्णमनास छळू लागली.

चहुबाजूंनी घेरलेल्या कुमार प्रद्युम्नाच्या मदतीस कुमार सांब आणि अनिरुद्ध यांनी धाव घेतली; पण कुमार प्रद्युम्नास त्याची जाणीव नव्हती. तो दोन्ही हातांनी शस्त्रप्रहार करत सुटला होता. बेफाम बनून शस्त्रप्रहार करणाऱ्यांचे पाय नकळत सात्यकी व कृतवर्माचा मृतदेह तुडवत होते. रक्त-मांसाने पाय बरबटत होते. सांब आणि अनिरुद्धाच्या मदतीमुळे प्रद्युम्न यादववीरांच्या कोंडाळ्यातून बाहेर पडला; पण त्या मुक्तीचे त्याला नीटसे भान नव्हते. भान हरपून शस्त्र विंझणाऱ्या प्रद्युम्नाची गदा चुकून त्याच्या मदतीस धावलेल्या भ्रात्यावर - कुमार सांबावर उगारली गेली.

चहुकडे यादववीरांची शिबिरे होती. शिबिरात यादववीरांचे आपापल्या मित्रांसमवेत खाणे-पिणे रंगात आले होते. रणधुमाळीचे आवाज तिथे पोहोचताच सारे उष्ट्या हातात शस्त्रे घेऊन बाहेर धावले. काय होत आहे, हे कुणाला ठाऊक नव्हते.

विवादाच्या कारणाची किंचितही कल्पना नव्हती आणि मद्याच्या प्रभावामुळे ते जाणून घेण्याची शुद्धही! ते यांत्रिकपणे शस्त्रे विंझू लागले. महाराज उग्रसेन आणि ज्येष्ठ यादव अक्रूर यांनीही आपला वाद विसरून अर्धबेभान अवस्थेत यादवकुमारांकडे धाव घेतली. तुमूल युद्ध पाहून हे वृद्धही उत्तेजित झाले आणि शस्त्रे विंझू लागले. एकच कालवा दाटला.

या वयोवृद्धांना अन्य वीरांसारखे प्रहार जमणार नव्हते, तरी महाराज उग्रसेनांनी पुन्हा अक्रूराविरुद्ध तलवार उचलली. अक्रूरांनी वार चुकवला. धड शुद्धीवर नसलेल्या महाराजांच्या हातून तलवार निसटली. बर्ची परजत अक्रूर महाराजांकडे धावले. उग्रसेनांच्या तुलनेत अक्रूर कमी वृद्ध! निःशस्त्र उग्रसेनावर प्रहार करणे अत्यंत सोपे आहे, अशा भ्रमात असलेल्या अक्रूरांस जाणीव होण्यापूर्वी महाराजांनी एक शिळा उचलली आणि सर्व शक्ती पणास लावून ती अक्रूरांकडे भिरकावली. हे आक्रमण अत्यंत अनपेक्षित होते. शिळा कोसळताच अक्रूरांचा तोल गेला आणि बर्ची निसटली. अक्रूरांची दुर्दशा पाहून महाराजांना हसू आवरेना. जमिनीवर पसरलेल्या अक्रूरांकडे बघत ते खदाखदा हसू लागले. त्या अस्ताव्यस्त देहावर लाथा-बुक्क्यांनी प्रहार करू लागले.

यादवकुमारांत तुमूल घमासान माजले होते. एका यादववीराची गदा हातातून निसटली आणि परस्परांवर प्रहार करण्यात मग्न असणाऱ्या या वृद्धांच्या मस्तकी आदळली. क्षणभर उभयतांची गात्रे शिथिल पडली. तरी महाराजांपाशी आलेले अक्रूर तोंड उघडून सर्व शक्तिनिशी महाराजांना चावले. महाराजांच्या तोंडून वेदनामय चीत्कार निसटला. त्यांनी चिडून विपरीत आनंदाने विस्फारलेल्या अक्रूरांच्या डोळ्यांत आपली वृद्धत्वाने कडक आणि टणक झालेली बोटे इतक्या जोरात खुपसली की, अक्रूरांच्या डोळ्यांतून रक्ताच्या चिळकांड्या उडाल्या. क्षणार्धात या वृद्धांचे देह शांत पडले. दोघांच्या देहांतून वाहणारे रक्तप्रवाह संगमासारखे एकमेकांत मिसळून वाहू लागले.*

भोवतालच्या वेढ्यास शह देऊन प्रद्युम्न बाहेर पडला. त्याची नजर त्या वृद्धांच्या एकमेकांत गुंतलेल्या छिन्नभिन्न देहांवर पडली. परस्परांत लढणाऱ्या यादववीरांच्या मार्गात हे देह अडचण बनत होते. कित्येक यादव त्यावर ठेचकाळून पडत होते. पुन्हा उठून शस्त्र विंझत होते. तुडवल्या जाणाऱ्या अक्रूर नि उग्रसेनांच्या देहांतून रक्ताच्या चिळकांड्या उडून, रक्तमांसाचा चिखल वाढत होता.

---

*अक्रूरांचे निधन प्रभासक्षेत्री झालेल्या यादवीत झाले की त्यानंतर त्यांनी जलसमाधी घेतली - याविषयी पुराणकथेत परस्परविरोधी उल्लेख आढळतात. त्यांतून या कथेच्या प्रवाहात जे जास्त प्रभावी वाटले ते येथे स्वीकारले आहे.

कुमार सांब गदा घेऊन सुचारूकडे धावला. सुचारू इतर यादवांशी लढण्यात गुंतला होता. सांबाच्या गदेचा प्रहार झाल्याने त्याच्या हातातील शस्त्रे खाली पडली. त्याने वेगाने सांबाच्या मानेभोवती बलदंड हातांचा घट्ट विळखा घातला आणि उजव्या पायाचा गुडघा जोरात सांबाच्या पोटात खुपसला. सांबाच्या हातातली गदा सुटली. दोघे वीर निःशस्त्र बनले. हात, पाय आणि दात या ईश्वरदत्त भेटींना शस्त्राचे रूप प्रदान करून ते एकमेकांना लाथा-बुक्क्यांनी तुडवू लागले. दुसऱ्याच्या देहाचा जो भाग तोंडात येईल त्यास चावे घेत सुटले. लढता लढता दोघांचे देह धरणीवर कोसळून एकमेकांपासून विलग झाले. तरी धरणीवर पडलेल्या अन्य मृतदेहांची तमा न बाळगता ते लढत चालू ठेवण्याचा प्रयास करत होते. बेभान अवस्थेत लढणाऱ्या यादवांना मित्र कोण आणि प्रतिस्पर्धी कोण याचे भान नव्हते. हाती शस्त्र असेतो शस्त्राने नाहीतर हात, पाय आणि दातांनी ते अविरत लढत होते.

वृक्षाखाली बसून शांतपणे हा सर्वनाश बघणाऱ्या श्रीकृष्णाने छाती भरून दीर्घ श्वास घेतला.

आर्यावर्तात पूर्ण युग अजेय ठरलेल्या वृष्णीवंशीय स्वजनांच्या अस्तित्वाचा अशा प्रकारे लोप होताना पाहून त्यास छत्तीस वर्षांपूर्वी माता गांधारीने यादवांच्या सर्वनाशाचा शाप दिला, तो किती सहजपणे स्वीकारला, त्याचे स्मरण झाले. तो म्हणाला होता, "हे माते! हा शाप यथार्थच नव्हे; तर अनिवार्यही आहे. यादववीर अतिसमर्थ! त्यांचा नाश करण्याचे कार्य कुणालाही जमणार नाही. नाश अवश्यंभावी असतो. ज्याच्या नाशाचे निमित्त महाकाळ इतर कुणाला करू शकत नाही, त्यांचा नाश त्यांना स्वतःलाच करावा लागतो. आपण हा शाप देऊन महाकाळाचेच कर्तव्य पूर्ण करत आहात."

नजरेसमोर होणाऱ्या भीषण आणि बीभत्स उत्पाताचे दर्शन कृष्णमनात स्वशब्दांचे स्मरण ताजे करत होते. ते शब्द साकार होत आहेत, असे त्याला वाटले. किंचितही विचलित न होता, तो शब्दांच्या सार्थक्याची भीषणता बघत होता. नकळत ओठी गूढ स्मिताचे कंपन दाटले. अजून महर्षी कश्यपांची शापवाणी वर्तमान बनणे बाकी होते. यादववंशाच्या समाप्तीचा क्षण आता दूर नसल्याची त्यास जाणीव झाली. ज्यांच्या सहवासात जीवनाचे असंख्य क्षण व्यतीत केले होते, त्या क्षणांची बेरीज अंतिम क्षणी दुःखदायक कशी ठरावी? यादवांचा हा उत्सव आता महोत्सवाचे रूप धारण करत आहे, असे श्रीकृष्णास वाटले. माता गांधारी आणि महर्षी कश्यप यांच्या माध्यमातून महाकाळाने धाडलेले निमंत्रण वास्तवात उतरत असल्याचा क्षण श्रीकृष्ण बघत राहिला.

थोड्या अंतरावर समुद्रातील लाटांची गाज, भरतीची वेळ संपन्न होत असल्याचे सूचित करत होती. यादववीरांमध्ये चालू असलेल्या घमासान युद्धाच्या प्रतापाने

बहुतेक मशाली विझल्या होत्या. त्या प्रज्वलित करण्याचे ज्यांचे काम होते ते सेवक ही अकल्प्य हिंसा पाहून काही क्षण स्तब्ध झाले; मग जीव वाचवण्यासाठी कर्तव्याकडे पाठ फिरवून त्यांनी चक्क पळ काढला. स्वाभाविकच प्रकाशहीन परिसरातील काळोख अधिक गहिरा बनला. परजलेल्या धारदार शस्त्रांचे तेज अंधारात विजेसारख्या प्रकाशरेषा निर्माण करत होते. परस्परांवर प्रहार करणाऱ्या यादववीरांच्या तोंडून उमटणारे सिंहनाद आणि घायाळ वीरांच्या तोंडून उमटणाऱ्या वेदनांचे भयावह मरणनाद वातावरणास भीषणता प्रदान करत होते.

श्रीकृष्णाची भेदक नजर सर्वत्र भिरभिरली. त्या नजरेने एका हातात शस्त्र असूनही दुसऱ्या हाताने मद्यपान करणारा सांब अलगद टिपला. कुणाच्यातरी प्रहाराने सांबाच्या हातातील शस्त्र तुटून खाली पडले. मद्यपात्रात उरलेली सारी मदिरा घशात रिचवून सांबाने आक्रमकाकडे क्रुद्ध नजरेने बघितले. तोंडात न मावलेली मदिरा त्याच्या ओठांवरून घरंगळत घावातून निघालेल्या रक्तात मिसळली आणि तो ओघळ थेट वस्त्रापर्यंत उतरला. तरी सांबाने निकटच्या यादवाच्या मस्तकावर नेटाने हातातील सुरापात्राचा प्रहार केला. धातुपात्र मस्तकी आदळल्याने त्याचा ध्वनी आसमंतात निनादला.

साऱ्या यादवांना जणू धातुपात्राच्या तीक्ष्ण धारेचा शस्त्रासारखा उपयोग करता येत असल्याचा साक्षात्कार झाला. ते मदिरापात्राने प्रहार करू लागले. उष्टी पात्रे एकमेकांवर आपटल्याने आसमंतात विचित्र आवाज प्रतिध्वनित होऊ लागले. कोण कोणाशी आणि का लढत आहे, याचे कोणालाही भान नव्हते. धरणीवर मानवी अवयवांचा आणि देहांचा खच पडत होता. अवयव आणि मृतदेहांची तमा न बाळगता त्यांना तुडवत झुंजणारे यादववीर अत्यंत जुगुप्साप्रेरक भासत होते.

निखळ तटस्थ भावनेने महाकाळाचे तांडव बघत असलेल्या श्रीकृष्णाची नजर अचानक एका विशिष्ट ठिकाणावर खिळली. रक्ताने न्हाऊन निघालेल्या प्रद्युम्नाच्या मुखातून भयानक चीत्कार निसटला आणि त्याच्या लटपटत्या पावलांनी तोल गमावला. दोन-तीन यादववीरांचे एकत्रित प्रहार सोसणे त्याला असह्य झाले. उष्टी मदिरापात्रेच नव्हे तर धरणीवर पडलेल्या छिन्नमिन्न शवांचे तुटके अवयव हाती घेऊन ते यादव प्रद्युम्नाला बडवत होते. प्रद्युम्नही त्यांचे हात पिरगळण्याचा प्रयास सोडत नव्हता. त्याचे दोन्ही हात धरून यादववीरांनी त्याचा समस्त देहच पिरगळला. जीवघेण्या वेदनेने प्रद्युम्नाच्या मुखातून गगनभेदी आक्रोश उमटला. खांद्यातून निखळलेले त्याचे हात कसेतरीच लोंबू लागले. क्रूर हसत यादववीरांनी ते हात देहापासून वेगळे केले. प्रद्युम्नाच्या देहातून रक्ताचे कारंजे उसळले. जमिनीवर निश्चेष्ट पडलेल्या प्रद्युम्नाच्या मस्तकावर मदिरापात्राचे अनेक प्रहार करून त्यांनी मस्तकाचा चेंदामेंदा केला.

हे सारे इतक्या वेगाने घडले की, हा सारा उत्पात तटस्थ नजरेने पाहणारा श्रीकृष्ण, मथुरेचा युवराज असलेला प्राणप्रिय पुत्र कोसळताना पाहून शहारला. प्रिय पत्नी रुक्मिणीने जेव्हा गर्भ धारण केल्याची बातमी दिली, तो रोमांचक क्षण त्यास आठवला. पहिला पुत्र जन्मल्याची आनंदवार्ता कानी पडली, तेव्हा अनुभवलेला आत्यंतिक आनंद आठवला. या भीषण क्षणी स्मरणपातळीवर उसळलेल्या रोमांचक स्मृती जागृत होताच चित्तात गूढ चमक सळसळली. पिता वसुदेवाने सात मुलांचा कारागृहातील अपमृत्यू पचवल्याचे तो ऐकून होता. कुमार प्रद्युम्नाचा विपरीत मृत्यू बघताना ही व्यथा पिताश्रींनी सात वेळा पचवल्याचे खऱ्या अर्थाने त्याला प्रथमच जाणवले. किती असह्य असेल ते! म्हणूनच नवजात शिशूचा मृत्यू टाळण्यासाठी पिताश्री मध्यरात्री पूर आलेल्या यमुनेतून मथुरेहून गोकुळास जाण्यास प्रवृत्त झाले असतील या विचाराने कृष्णमनात सहसंवेदनेचा कंप उमटला.

तुटके अवयव आणि प्रेतांच्या खचावर पडलेल्या प्रद्युम्नाच्या देहातील चैतन्य अजून विझले नव्हते. तो असह्य वेदनेने कण्हत होता. कण्हणे मंद पडत असल्याचेही श्रीकृष्णास जाणवले. मरणपंथास लागलेल्या प्रद्युम्नाविषयी करुणा वाटू नये असे यादववीर बेभान झाले होते. त्यातील एकाने प्रद्युम्नाच्या गळ्यावर पाय ठेवला.

तोवर हा अमानुष प्रकार करुणेने बघणाऱ्या श्रीकृष्णाच्या मुखावर रोषाचा दावानल उसळला. पशूचाही होऊ नये असा प्रिय पुत्राचा मृत्यू बघणे त्यास असह्य वाटले. अगतिकपणे त्याने दोन्ही हातांचे तळवे जोरजोरात एकमेकांवर घासले. नकळत त्याची काया ताठरली. दोन्ही हात जवळच्या गवताकडे गेले. त्याला पुनश्च तो गवताचा डंख जाणवला. दुसऱ्याच क्षणी त्याने सर्व शक्तिनिशी ते गवत मुळापासून उपटले. ते मूठभर गवत दोन हातांत चोळून, त्याने रागाने अकारण लढत असलेल्या यादव समाजाकडे भिरकावले.

श्रीकृष्णाचा संस्पर्श झाला आणि त्या नगण्य भासणाऱ्या तृणांनी जणू सुदर्शनचक्राची क्षमता धारण केली. एरक जातीची ती तृणपर्णे बेभान अवस्थेत झुंजणाऱ्या यादववीरांवर विखुरली गेली आणि शस्त्राहून असह्य ठरणाऱ्या डंखाने सर्वांना अपार घायाळ केले. त्यांच्या तोंडून वेदनामय चीत्कार उमटू लागले. समूह आक्रोशाने वातावरणास हादरा बसला. दूर उभे असलेले अश्वदळ दचकले आणि घोडेही आक्रोश करू लागले. चार पायांच्या खुरांनी ते जोरजोरात जमीन उखडू लागले. आसमंतात उडालेल्या धुरळ्याने अंधार अधिक भयावह बनला. या रज:कणांनी धरणीवर पडलेल्या रक्ताच्या सड्यामुळे रक्तरंग आत्मसात केला होता; त्यामुळे ते विलक्षण विकृत दिसत होते.

आपल्यावर कोण आणि कुठून प्रहार करत आहे याचा यादवकुमारांना उमज पडेना. वेदनेने त्रस्त झालेल्या अवस्थेत त्यांची नजर भिरभिरत असताना, श्रीकृष्णाने

पुन्हा एरक गवत उपटून त्यांच्या दिशेला भिरकावले. काहींना ते जाणवले. असंख्य सुदर्शनचक्रे हवेत गरगरत असल्यागत ती तृणपर्णे वाऱ्याच्या वेगाने चाल करत यादवकुमारांकडे धावली. ज्यांना या पर्णांचा स्पर्श झाला, त्यांच्या तोंडून आर्त किंकाळ्या उमटल्या आणि क्षणार्धात ते धरणीवर कोसळले.

ज्यांनी श्रीकृष्णास गवत उपटून फेकताना पाहिले ते मात्र आनंदाने ओरडू लागले. त्यांच्या हातात आता लढण्यासाठी धातुपात्रेही उरली नव्हती. लाथा-बुक्क्यांनी लढाई करण्यापेक्षा हे गवत असा तीव्र प्रहार करत असेल तर... हा विचार त्यांना विलक्षण उत्तेजित करणारा ठरला. मग विलंब न करता ते गवत उपटून परस्परांवर फेकू लागले. प्रचंड शस्त्राहून भयंकर प्रहार करू शकणारी ती तृणपर्णे यादववीरांवर पडताच किंकाळी फोडण्याचीही उसंत न घेता ते मृत्युमुखी पडून धरणीवर कोसळू लागले.

श्रीकृष्ण उठून उभा राहिला. त्याच्या दोन्ही मुठी एका गवताने भरल्या होत्या. आता यादवांची संख्या विलक्षण घटली होती. जे उरले होते ते शेवटच्या श्वासापर्यंत लढण्याचा निश्चय करून जिवाच्या कराराने लढत होते. आपल्या मुठीतील तृणपर्णांची श्रीकृष्णांनी सर्व दिशांना उधळण केली. उरल्यासुरल्या यादवांना या तृणांचा दुःसह स्पर्श होताच असह्य किंकाळ्या फोडत ते धरणीवर कोसळले.

महर्षी कश्यपांचा शाप आता वर्तमान बनला होता...

❖

१७

एतद्वै तत्-एतद्वै तत्-एतद्वै तत्

एका कोपऱ्यावर उभ्या असलेल्या श्रीकृष्णाची नजर सगळीकडे भिरभिरत होती. वर्तुळाकार मशाली प्रज्वलित करून उभे असलेले सेवक केव्हाच पळाले होते. त्यांनी फेकलेल्या मशालींपैकी काही मशाली थोडाफार प्रकाश देतही होत्या. त्या प्रकाशात श्रीकृष्ण छिन्नभिन्न झालेले स्वजनांचे देह बघत होता. पापणीही लवू न देता त्याने क्षणभर हे दृश्य बघितले. शस्त्रांचे आणि धातुपात्रे आपटल्याचे तसेच शिळा फेकल्याचे आवाज आता शमले होते; त्यामुळे क्षत-विक्षत झालेल्या देहांतून उमटणारे आर्त आणि करुण चीत्कार आता प्रकर्षाने ऐकू येत होते. अर्थात, कण्हण्याचा आवाजही आता मंद पडू लागला होता.

श्रीकृष्णाची नजर अतलात आकाशाकडे वळली. दूधगंगेतील असंख्य तारे जणू श्रीकृष्णाकडे नजर लावून होते. दक्षिण दिशेकडून अचानक एक उल्का निखळली. ती निखळताना उमटलेल्या तेजरेषेत, श्रीकृष्णास मध्याकाशाचा निरोप घेऊन ढगाआड लपलेल्या चंद्राच्या आसपास व्यापलेल्या काळ्या कोंडाळ्यात एका अगोचर पदार्थाचे दर्शन घडले. मनोमन निश्चय करून त्याने तिथे चिरनिद्रा घेत पहुडलेल्या सर्वांना वंदन केले. नकळत त्याच्या मुखातून श्रुतिमंत्र उमटला.

यतो वा इमानि भूतानि जायन्ते । येन जातानि जीवन्ति ।
यत्प्रयन्त्यभिसंविशन्ति । तद्विजिज्ञासस्व तद् ब्रह्म ।।

लगेच तो चालू लागला. जेमतेम दोन पावले चालला न चालला तोच त्यास हस्तस्पर्श झाला. त्याने चमकून त्या हाताकडे बघितले. देहापासून तुटून पडलेल्या त्या हस्तात चैतन्य धुगधुगत होते. हाताची थरथरणारी बोटे पाहून श्रीकृष्णाची नजर आर्द्र बनली. खाली वाकून त्याने थरथरणाऱ्या बोटांना स्नेहस्पर्श केला. बोटांवर लालचुटूक रत्न दिसले आणि श्रीकृष्णास हाताच्या स्वामीची ओळख पटली. जणू पुत्र प्रद्युम्न पित्याच्या चरणांस स्पर्श करून अनंताच्या यात्रेस प्रयाण करताना आशीर्वाद मागत होता. क्षणभर श्रीकृष्ण थबकला. पिता वसुदेवांनी पहाटे जी इच्छा ओठी आणली, तिचे स्मरण न होणे अशक्य होते. पहाटे पिता पुत्राकडून निरोप मिळावा, अशी इच्छा व्यक्त करत होता. रात्री पुत्र पित्याकडे निरोप मागत होता. स्नेहार्द मनाने नकळत त्याने त्या हातावरून प्रेमाने हात फिरवला. आशीर्वाद देत असल्यागत उजवा हात वर करून तो पुटपुटला, ''वत्सा, तुझी यात्रा ऊर्ध्वगामी होवो!'' इतके बोलून त्याने कुमार प्रद्युम्नाचा देह शोधण्याचा प्रयास केला; पण रक्तमांसाच्या कर्दमात देह ओळखू येणे शक्य नव्हते.

कृष्णहृदयात विषादप्रेरक करुणेचा महासागर उसळला. जो पुत्र आता त्याचे बोल ऐकू शकणार नव्हता, त्याला उद्देशून तो हळूच म्हणाला, ''पुत्रा, गणतंत्राच्या मद्यबंदीच्या घोषणेचा तू स्वीकार केला नाहीस. राज्याच्या नियमांची राज्यसभेचे सभासदच अवज्ञा करतात, तेव्हा ती राज्यसभा विनाशाकडे मार्गक्रमण करते. तिचा असा अंत होणे नवलाचे नाही. गणपरिषद केवळ शासनासाठी नसते. स्वतःस शासित करण्यासाठीही असते.

श्रीकृष्ण थोडा पुढे सरकला. महाराज उग्रसेनांचे मस्तक धडापासून वेगळे पडले असले तरी राजमुकुट मात्र त्यांच्या मस्तकावर जसाच्या तसा राहिला होता. मुकुट मस्तकाची शोभा बनतो; पण मस्तक देहाविना मुकुट धारण करत असले तर तो नियतीची केवढी विटंबना! किंचित मस्तक झुकवून श्रीकृष्णाने मुकुटाविषयी आदर व्यक्त केला. नकळत त्याच्या मनात एक आठव दाटला. तार्किकदृष्ट्या विचार केला तर वृष्णीवंशाच्या या इतिश्रीसाठी हे वरिष्ठतम यादवही कमी जबाबदार नव्हते. आज झालेल्या सर्वनाशाचे बीज कदाचित त्यांनी पेरले होते. अनेक वर्षांपूर्वी गंगेसारख्या त्यांच्या पवित्र पत्नीस मायावी विद्येच्या मदतीने राजा दुमिल भेटला. परिणामी, कंसजन्म झाला. त्यात नव्हता कंसाचा दोष की त्याच्या मातेचा! तिने दुमिलास पती मानून देह अर्पण केला होता. यात तिचा दोष नाही, हा क्षमाशील विचार महाराजांनी न केल्याने, साऱ्या यादवकुळाने कंसाची अवहेलना केली. मग कंसमनात तीव्रतम रोष न जन्मता तरच नवल! रोषाची परिणती महाराजांना कारावासात ढकलून सिद्ध झाली. बलदंड कंसाने उग्रसेनाच्या सर्व समर्थकांना चिरडले. हा आठव मनी जिरवत श्रीकृष्णाने क्षणभर डोळे मिटले.

पुनश्च त्याचे ओठ हलले, ''महाराज, आपला आत्मा ब्रह्मलोकी प्रस्थापित होवो.''

किंचित दूर वस्त्रांवरून तो कृतवर्माचा कबंध असल्याची श्रीकृष्णास जाणीव झाली. त्याची गणना अत्यंत पराक्रमी आणि वरिष्ठ यादवांत होत असे. कृतवर्माच्या कबंधाशी थबकत श्रीकृष्णाने हात जोडले. नकळत त्यास कुरुक्षेत्राच्या संग्रामाच्या एकोणिसाव्या दिवसाची प्रभात आठवली. विचारांचा समतोल ढासळून ब्रह्मराक्षसाच्या कक्षेस पोहोचलेल्या आचार्यपुत्रास साथ देऊन कृतवर्माने युद्धधर्माची हत्या केली होती. शिबिरात निद्रिस्त असलेल्या पाच द्रौपदीसुतांची आणि बंधू धृष्टद्युम्नाची हत्या करण्यात त्याचा सहयोग होता. या हत्या कौरवपक्षास विजयश्री मिळवून देणार नव्हत्या. या हत्या होण्यापूर्वी विजयश्री पांडवांकडे गेली होती. ती होती निखळ वैरवृत्ती! निर्घृण हत्या!

ब्रह्माने सृष्टीची निर्मिती करताना मानवजातीस दयेचे परमतत्त्व सोपवले होते. कृतवर्मा वरिष्ठ यादव असूनही त्या तत्त्वापासून अनेक योजने दूर गेला. परम पित्याच्या या अमृततत्वाचा अव्हेर करणारी व्यक्ती फक्त स्वतः शिक्षेस पात्र ठरत नाही. पापाच्या सावल्या समस्त कुळास अंधारात ढकलतात. कृतवर्माच्या देहास विळखा घातलेल्या सात्यकीचा पंजा अजूनही तसाच घट्ट असल्याचे श्रीकृष्णास जाणवले. सात्यकीचा चेहरा ओळखू न येण्याच्या स्थितीत पोहोचला असला तरी खोबणीतून बाहेर आलेले विस्फारलेले डोळे मात्र जणू श्रीकृष्णास निरखत होते.

खाली वाकून श्रीकृष्णाने त्या अचेतन डोळ्यांवर उजवा हात ठेवला. दुसरा हात रक्ताने माखलेल्या त्याच्या केसांवर फिरवत तो हळुवार स्वरात पुटपुटला, ''वत्सा, कुरुक्षेत्राच्या धर्मक्षेत्रावर अर्जुनाच्या बाणाने ज्याचा हात देहापासून सुटा पडला होता, त्या भूरिश्रवाचा योगसमाधिवस्थेत तुझ्या हातून घडलेला वध कदाचित तुला व समस्त यादवपरिवारास नाशाकडे खेचून नेणारा ठरला असेल. भुरिश्रवा शत्रुपक्षात होता; पण तो निःशस्त्र होता. युद्धत्याग करून काष्ठशय्येवर प्राणोत्क्रमणाच्या उद्देशाने ध्यानस्थ होता. तो वध शत्रूचा नव्हता वत्सा! ती निखळ वैरभावनेने केलेली हत्या होती. तू प्रबुद्ध पुरुष असून हिंसेची आग तुला लपेटते, हा केवढा व्यतिपात!''

पुढे जाणाऱ्या श्रीकृष्णाचे पाऊल अतिवृद्ध; पण वृद्धत्वाच्या तेजाने तळपणाऱ्या देहापाशी अडखळले. तो अक्रूरदेह होता. नकळत कृष्णमुखावर अकळ स्मित उमटले. धनुर्यागाच्या निमित्ताने कंसाने कृष्णहत्येचे षड्यंत्र रचले; त्यामध्ये कळत-नकळत अक्रूरही सहभागी होते. इतर कुणास गोकुळात पाठवले तर कुमार कृष्णास मथुरेस धाडण्यात येणार नाही याची जाणीव होती, म्हणूनच कंसाने हे काम अक्रूरांकडे सोपवले. अक्रूर हे षड्यंत्र जाणून असून त्यांनी वरिष्ठ यादवास शोभेल असा प्रतिकार केला नाही. उलट गोकुळवासी प्रजेत विश्वास निर्माण करूनच ते कृष्ण-बलरामास मथुरेस घेऊन गेले. या कृतीचा परिणाम विधायक ठरला आणि

यादव गणतंत्र कंसाच्या क्रूर शासनापासून मुक्त झाले, तरी त्यामुळे अक्रूरांचा हेतू उमदा ठरत नाहीच. याच अक्रूरांनी पुढे स्यमंतक मण्याच्या मोहाने समस्त यादव समाजात परस्परांविषयी संशय आणि अविश्वास निर्माण केला. पत्नी सत्यभामा आणि भ्राता बलराम यांनीही अक्रूरांच्या कृतीमुळे साक्षात श्रीकृष्णाविषयी निर्दय संशय व्यक्त केला.

अक्रूरांच्या देहावर उमटलेल्या तेजाचे श्रेय, कदाचित त्यांनी शेवटच्या क्षणी केलेल्या पापाच्या स्मरणाचे असेल वा आकाशातून उतरू लागलेल्या पहाटेच्या शैत्याचे असेल. अक्रूरांच्या देहापाशी नतमस्तक होऊन श्रीकृष्णाने त्यांच्या परलोक-प्रयाणास वंदन केले आणि तो म्हणाला, ''हे महाभाग! या अतिदारुण अंतास कुणीही स्वनिर्मित अंत म्हणेल. माता गांधारी आणि महर्षी कश्यप यासाठी केवळ निमित्तमात्र! बाकी हा आपल्याच कर्माचा परिपाक!''

अचानक श्रीकृष्णाला शरशय्येवरील पितामह भीष्मांनी युधिष्ठिरास बोध देताना सांगितलेले एक अमर वाक्य आठवले, ''वत्सा, जसे ऊन आणि सावली परस्परांना जोडलेले असतात; त्याचप्रमाणे कर्ता आणि कर्म परस्परांपासून वेगळे होऊ शकत नाहीत. मृत्यूचे कारण कोणतेही बाह्यकर्म नसून प्रत्येकास स्वकर्मानुसार मृत्यू प्राप्त होत असतो.''

श्रीकृष्ण आता जवळपास या परिसराच्या दुसऱ्या टोकास पोहोचला होता. इथून हिरण्य आणि कपिला या नद्यांचे संगमस्थान दिसत होते. नदीच्या प्रवाहावरून वाहणारा वारा या समस्त वृत्तान्तापासून निर्लेप असल्यागत पूर्ववत वाहत होता. वृक्षांची पाने हलत होती आणि फांद्यांवरून गळून खाली पडत निःस्तब्धतेत कंपने निर्माण करत होती. एका वृक्षाखाली दोन-तीन देह परस्परांना बिलगून मरणशरण झाले होते. त्या छिन्नभिन्न आणि निराकार देहांवर कृष्णनजर स्थिरावली. देहांवर जी चिन्हे उपलब्ध होती, त्यावरून त्यांना ओळखणे श्रीकृष्णास सहज जमले. ते होते कुमार सांब आणि कुमार सुचारू! पुन्हा तो थबकला. खाली वाकून तो सांबाचे मस्तक शोधू लागला. ज्या मस्तकावर त्याने हात ठेवला, ते सांबाचेच मस्तक असेल अशी खात्री देता येत नव्हती. तरीही श्रीकृष्णाने आसुसून त्या मस्तकावर हात फिरवला. ''पुत्रा'' तो विवश स्वरात म्हणाला, ''महर्षी कश्यपांसमक्ष तू यादव समाजाच्या अब्रूचा ऱ्हास केलास. तपस्वी आणि महर्षींना सतत वंदन करणाऱ्या समाजाच्या सुसंस्कारांचे अवमूल्यन केलेस. समग्र वृष्णीवंशास या क्षणापर्यंत पोहोचवण्यास समर्थ असे अवमूल्यन! यात तुझा सिंहाचा वाटा असावा हे महाकाळाने केलेले केवढे विडंबन!''

कितीतरी वेळ श्रीकृष्णाचा हात त्या मस्तकावर फिरत राहिला. रक्ताने माखलेल्या त्या हाताकडे स्थिर नजरेने बघत श्रीकृष्ण पुन्हा चालू लागला. रस्त्यात

पडलेल्या अनेक धातुपात्रांतील एक पात्र उचलून तो हिरण्य आणि कपिला यांच्या संगमाकडे गेला. संगमात पाय बुडवून पूर्वाभिमुख होत त्याने वाहत्या प्रवाहातून अंजली भरली. चिरनिद्रा घेणाऱ्या समस्त यादववीरांच्या स्मृतीस त्याने या अंजलीतील जलाचे अर्घ्य समर्पित केले.

आणलेल्या धातुपात्रात त्याने संगमप्रवाहाचे जल भरले आणि प्रवाहाकडे पाठ फिरवून तो चालू लागला. पुन्हा तो यादव समाजाच्या वीरांच्या छिन्नभिन्न कलेवरांपाशी गेला. प्रत्येक मृतदेहावर त्याने जलाभिषेक केला. पुत्र - सांब, सुचारू, वरिष्ठ यादव अक्रूर, वीर सात्यकी, समर्थ कृतवर्मा, महाराज उग्रसेन, युवराज प्रद्युम्न... सर्वांच्या अवशेषापाशी उभे राहून, नतमस्तक होऊन श्रीकृष्णाने जलांजली अर्पण केली. कण्हण्याचे, आक्रोशाचे पडसाद आता पूर्णपणे शमले होते.

जलांजली वाहण्याचे कार्य संपवून श्रीकृष्ण परत नदीच्या तटावर गेला. रात्र संपत आल्याचे सूचित करणारा शुक्राचा तारा पूर्व दिशेस बराच वर आला होता. काही क्षणांपूर्वी देह आणि प्राणाचा अंश असलेल्या आप्तजनांना त्याने परस्परांचा घात करताना व्यथित नजरेने बघितले होते. ती दृष्टी आता यथावत होऊन प्रकृतीची आभा स्थिर नजरेने बघू लागली. मागे वळून न बघता श्रीकृष्ण नदीच्या प्रवाहाच्या उलट दिशेने वेगाने चालू लागला. प्रवाहावरून येणारा वारा, त्याच्या मस्तकावरील मोरपिसात कंप उत्पन्न करत होता. उडणाऱ्या उत्तरीयाचा भाग हातात धरून श्रीकृष्ण पश्चिम दिशेस वळला.

काही काळ तो तसाच चालत राहिला. नदीच्या ओलसर वाळूत श्रीकृष्णाची ओली पावले उमटत होती. त्या नीरव वातावरणात ऐकू येणारा पावलांचा मंद ध्वनी, जणू नदीच्या खळखळाटाच्या मधुर ध्वनीस ताल देत होता. थोड्या अंतरावर विशाल अश्वत्थ होता. त्या अश्वत्थाकडे बघताच श्रीकृष्णमुखातून श्रुतिमंत्राचे प्रकटीकरण झाले.

ऊर्ध्वमूलोऽवाक्शाख एषोऽश्वत्थः सनातनः ।
तदेव शुक्रं तद् ब्रह्म तदेवामृतमुच्यते ।
तस्मिंल्लोकाश्रिताः सर्वे तदु नात्येति कश्चन एतद्वै तत् ।।

श्रुतीच्या उद्गात्याने विशुद्ध ज्योतिस्वरूपात या वृक्षात जे ब्रह्माचे दर्शन घेतले होते तोच हा अश्वत्थ! याचे अतिक्रमण करता येत नाही. हे परमतत्त्व या इथेच, या वृक्षात वास करून आहे. या अश्वत्थ वृक्षापाशी उभे राहून श्रीकृष्णाने वंदन केले. त्या अश्वत्थाच्या बुंध्याला टेकून त्याने काया लांबवली. उजवा पाय गुडघ्यावर ठेवून स्वस्थ पहुडत तो पुटपुटला...

एतद्वै तत्, एतद्वै तत्, एतद्वै तत् ।

❖

१८

युगाची समाप्ती

पुटपुटणाऱ्या ओठांत होणारा शब्दोच्चार शमला तरी त्या निःस्तब्ध वातावरणात प्रतिध्वनी वलये रचत राहिला. श्रीकृष्णाचे श्रवणतंत्र ही वलये अनुभवत होते. श्रुतिमंत्राच्या या प्रतिध्वनीत थोड्या अंतरावर वाहणारा संगमप्रवाह अकळ आणि अदम्य अनुभूतीची निर्मिती करत होता. श्रीकृष्णाच्या ओठांवर तसेच अकळ कंपन उमटले. त्याच्या मनात आदल्या पहाटे द्वारकेत पिता वसुदेव आणि माता देवकी यांच्याशी झालेला संवाद उसळत होता.

भगवान सोमनाथाच्या पवित्र शिवनिर्माल्य बिल्वपत्रांचा डोळे आणि मस्तकास स्पर्श करून प्रसन्न होण्याची जणू त्या दोघांना ओढ लागली होती. त्यांची शिवनिर्माल्याची प्रतीक्षा, नंतर सारथी दारुक किंवा इतर कुणाच्या माध्यमातून पूर्ण होणारच होती; पण त्यांच्या दुसऱ्या प्रतीक्षेचे काय? माता-पित्याची ती प्रतीक्षा श्रीकृष्ण पूर्ण करू शकला असता तर त्यांना अपार प्रसन्नता लाभणार होती; पण महाकाळाच्या निर्मितीचे उल्लंघन कसे करणार? मानवाची प्रतीक्षा आणि अपेक्षा अनादि काळापासून अनंत राहिली आहे; पण परितृप्ती महाकाळाच्या अधीन! हे अतिजर्जर दांपत्य कदाचित या क्षणी द्वारकेच्या राजप्रासादाच्या वातायनातून क्षीण नजरेस ताण देत पूर्वाकाशात बघत असेल.

श्रीकृष्णाच्या अंतरात माता देवकीच्या व्यथेची चुणूक प्रकटली. कारागृहात बालकाचा जन्म होताच या मातेस पुत्राचा त्याग करावा लागला. पुत्राचे जीवन

सुरक्षित करण्यासाठी, मातेस छातीवर हिमालयाहून अधिक जड पाषाण ठेवावा लागला. महायुगाच्या समाप्तीनंतर तो भार पुनश्च मातेच्या हृदयावर स्थापित होईल, या विचाराने कृष्णमनात करुणा दाटली. त्या दिवशी जी व्यथा जन्मदात्रीने अनुभवली, ती व्यथा दूर करण्याचे सामर्थ्य बाळकृष्णात नव्हते. आताही तिला जी व्यथा अनुभवावी लागणार आहे, ती दूर करण्यासाठी काही करणे, आर्यावर्तात प्रथम पुरुष म्हणून प्रस्थापित झालेल्या यदुनंदन श्रीकृष्णास कुठे जमणार आहे? बिचारी माता आजही पुत्राच्या प्रतीक्षेत द्वारकेच्या सागराकडे नजर लावून बसली असेल आणि पिता वसुदेव...

पिता वसुदेवही - माता यशोदेच्या पुढ्यात बाळकृष्णास ठेवून मथुरेस परतताना, त्यांनी असह्य वेदनेचे वहन केले असेल! पुत्र पुन्हा कधी दिसेल - नव्हे दिसेल की नाही, हे कळत नसेल त्यांना! पण सात-सात पुत्रांची नजरेसमोर झालेली हत्या, नवजात बालकांची अचेतन कलेवरे पाहावी लागलेल्या पित्याने, आठव्या पुत्रास वाचवण्यासाठी जिवाच्या आकांताने प्रयत्न केला. या क्षणी त्यास यश लाभले असले तरी हा बचाव दीर्घजीवी ठरेल की नाही, हा विचार उद्ध्वस्त करतच असणार. हा पुत्र कंसाच्या रोषास बळी न पडला तर कधी तरी या दुर्भागी माता-पित्यांचे अंत्येष्टी संस्कार करण्यास उपलब्ध असेल, ही एकच अपेक्षाही त्यांनी बाळगली; पण आता आज - पांडवांच्या राजसूय यज्ञाच्या वेळी इंद्रप्रस्थात आर्यावर्तातील प्रथम पुरुष म्हणून पितामह भीष्मांनी आपला उल्लेख केल्याचे श्रीकृष्णास आठवले. पितामहांचा अभिप्राय नम्रतेने स्वीकारून, महाराज युधिष्ठिरांनी आपले पूजन केले होते हेही त्यास आठवले. तो सन्मानही किती वरवरची भावना होती आणि पूजा कशी सीमित होती याची श्रीकृष्णास तीव्रतेने जाणीव झाली. महाकाळ प्रथम पुरुषाकडून कशी अपेक्षा ठेवतो! साऱ्यांच्या नजरेत प्रथम पुरुषाचे स्थान प्राप्त केलेला महानुभावही महाकाळाच्या नजरेत कसा नगण्य ठरतो! असे कोणतेही स्थान वा क्रम कधी अभिप्रेत नसेल. राजसूय यज्ञात, इंद्रप्रस्थाच्या दरबारात, प्राप्त केलेले पूजन पाहून काळाच्या ओठावर मंद स्मित उमटले असेल.

पिता वसुदेव, पुत्र कृष्णास गोकुळामध्ये ठेवून निघून गेले. त्या वेळी त्यांच्या मनामध्ये रम्य भविष्याची स्वप्ने तरी असतील; पण गोकुळ सोडून मथुरेस जाणे घडले, तेव्हा माता यशोदेसमक्ष किती अवघड परिस्थिती निर्माण झाली असेल! त्या वेळी माता यशोदेचा हात बराच वेळ कृष्णाच्या मस्तकावर फिरत होता, हे श्रीकृष्णास आठवले.

कंसाच्या धनुर्याग यज्ञात सहभागी होण्यासाठी मथुरेस जात असलेल्या कृष्ण-बलरामाची मातेला विलक्षण काळजी वाटत होती. याच कंसाने या पुत्राची हत्या करण्याच्या उद्देशाने पुतनेस गोकुळात पाठवले होते. कंसाने पुढे कृष्णहत्या करण्यासाठी कारस्थानांची साखळी रचली, हे आठवून माता यशोदेच्या हृदयात धडधड वाढली होती. कृष्णाच्या जन्मापासून त्या माउलीला याची कुणी हत्या

करील का, हे भय सतत त्रस्त करत होते. अघासुर, यमलार्जुन, शकटासुर... अनेक भयांच्या छायेत यशोदामाता स्वपुत्राचे रक्षण करण्याचा आटापिटा करत होती.

कंसाच्या निमंत्रणाचा अव्हेर म्हणजे गोकुळावरील संकटास निमंत्रण, हे साऱ्यांना कळत होते. कंसाचे निमंत्रण, ज्येष्ठ यादव अक्रूरांच्या हस्ते आले होते. यादव गणतंत्राच्या पतनानंतर महाराज उग्रसेनास साथ न देता अक्रूरांनी कंसाची राजवट स्वीकारली तरी त्यांच्याविषयी साऱ्यांच्या मनात आदर होता. अक्रूरांहाती कुमार कृष्ण सुरक्षित नसला तरी पूर्णतया अरक्षित नसेल, हा विचार सर्वांच्या मनात होता. कंसाच्या भयासमोर जणू अक्रूर रक्षणाची आशा बनून उभे होते.

''पुत्रा!'' निरोप देताना माता यशोदेने कृष्णास मिठीत घेत त्याच्या मुखावर हात फिरवत म्हटले होते. ''मथुरेचा यज्ञ संपला की, क्षणभरही तेथे थांबू नकोस. तुझ्याविना माझ्या घशाखाली अन्नाचा कण उतरणार नाही.'' हे बोलताना तिच्या गळ्यात आवंढा आला होता. कृष्णमुखावर फिरणाऱ्या हातात भयाचा कंप होता. तो कंप कृष्णाच्या कोवळ्या गालांवर विपरीत आकृती रचत होता.

''माता, तू वाढलेल्या लोण्याविना माझ्या घशाखाली घास उतरत नाही, हे तू जाणतेस.'' मातेचा हात कुरवाळत कृष्णाने धीर दिला होता.

''मथुरेत तुला कोण लोणी वाढेल पुत्रा?'' प्रश्न विचारणाऱ्या यशोदा मातेच्या डोळ्यांतून तेव्हा अश्रू ओघळले होते.

''तू न वाढलेले लोणी मी खाणारही नाही माते!'' कृष्ण उत्तरला होता. ''तुझा स्पर्श न झालेले लोणी मला शिळेसारखे कठोर वाटेल!'' उत्तर ऐकून माता यशोदेने आवेगाने त्याला मिठीत गोळा केले.

मस्तकावरील मोरपीस जणू तेव्हा स्तब्ध बनले.

''वत्सा, तू लवकर परत ये! परमात्मा तुझे रक्षण करो.'' कृष्णाच्या गालाचे चुंबन घेऊन माता यशोदेने नजर चुकवली होती.

या प्रसंगाला कित्येक वर्षे उलटली होती!

मथुरेच्या यज्ञात कृष्ण अक्षुण्ण राहू शकला आणि यादव गणतंत्राची पुनर्स्थापनाही झाली; पण नंतर अनपेक्षित घटनांची साखळी अशा वेगाने चाल करून आली की, तीव्र इच्छा असूनही कृष्णाला गोकुळास जाता आले नाही. मथुरेवर होणाऱ्या जरासंधाच्या आक्रमणांना तोंड देण्यात खूप काळ व्यतीत झाला. मग मथुरेचा त्याग करून वास्तव्यासाठी थेट पश्चिम दिशेवर मदार ठेवावी लागली. या खटाटोपात तो असा गुंतत गेला की, गोकुळ दूर-अतिदूर राहून गेले.

द्वारकेत माता देवकी जशी आत्ता पुत्राची प्रतीक्षा करत असेल, तशीच माता यशोदेने गोकुळात पुत्रप्रतीक्षा केली असेल. दोन मातांचे प्रेम प्राप्त करणारा पुत्र, एकाही मातेची साधी आणि सोपी ठरणारी इच्छा पूर्ण करू शकला नाही. का?

श्रीकृष्णाने छाती भरून खोल श्वास घेतला आणि त्यास शीतल हवेत तमालवृक्षाचा सुगंध मिसळल्याची अनुभूती प्राप्त झाली. सोमनाथाच्या समुद्रतटाकी तमालवृक्ष कसे असणार? या सुगंधावर गोकुळ-वृंदावनाचे आधिपत्य! हिरण्य आणि कपिलेच्या प्रवाहात गोमतीच्या प्रवाहाचा खळखळाट असू शकेल; पण तमालवृक्षांच्या पर्णांचा सुगंध इथे कसा जाणवला? हा सुगंध तर गोकुळाचा निरोप घेतला, त्या रात्री छातीत भरून घेतला होता. त्या रात्री -

"हा मार्ग बघितलात कृष्णा?" मथुरेकडे जाणाऱ्या मार्गाकडे बोट दाखवून तेव्हा राधेने कृष्णाच्या कानात विचारले होते. कृष्णाने त्या मार्गाकडे दृष्टिक्षेप टाकला. त्या मार्गावर दुतर्फा अनेक तमालवृक्ष ताठ उभे होते. काही वृक्षांवर केकारव दाटला होता. काही मयुरांच्या पंखांची फडफडही कानी पडत होती. वृक्षांच्या छायेत बसलेल्या काही गायी मधूनच हंबरत होत्या.

"तुम्ही परत येईतो, माझी नजर या तमालवृक्षांच्या छायेवरच स्थिरावलेली असेल." राधा अत्यंत सहज स्वरात म्हणाली होती. क्षणभर कृष्णाला वाटले की, राधेचे हे रूप आपण कधी बघितलेले नाही.

"आणि समज राधे, काही अघटित घडले आणि..." कृष्ण राधेच्या कानात काही पुटपुटला.

राधेने उत्तर न देता उत्तरात कृष्णओठी एक मोरपीस ठेवले.

"कृष्णा, होणे न होणे याचा निर्णय महाकाळाने करायचा." राधा पूर्वीच्याच सहजतेने म्हणाली. "माझ्या दृष्टीने तर महाकाळ या क्षणी थांबला आहे. तुम्ही परत याल, तोवर या स्थगित अवस्थेत मी तुमची प्रतीक्षा करणार आहे."

राधा आजही मथुरेच्या मार्गावर नजर अंथरून प्रतीक्षा करत असेल असे श्रीकृष्णास वाटले. त्या मार्गावर वाहणारी हवा या क्षणी सोमनाथाच्या सागरतटावर पोहोचून आपल्या श्वासांत मिसळत आहे, या कल्पनेत रमलेल्या श्रीकृष्णाने पुन्हा दीर्घ श्वास घेतला.

देवकी... यशोदा आणि राधा...

श्रीकृष्णाने डोळे मिटले. अचानक कृष्णचरणांस वेगाने धावून येणारा कसलासा स्पर्श जाणवला.

डोळे बंद ठेवून त्याने त्या स्पर्शाची अनुभूती घेतली. आत्ता नजरेसमोर गोकुळ होते. वृंदावन, मथुरा, देवकी, यशोदा आणि राधाही! बंद नेत्रांत फुललेल्या या विश्वाला प्रिय समजून श्रीकृष्णाने उघड्या डोळ्यांनी दिसणाऱ्या विश्वाला नकार दिला. उजव्या पावलास वेगाने झालेल्या स्पर्शात, एरक तृणपर्णाचा वेदनामय डंख का जाणवावा, हा त्यास प्रश्न पडला. कश्यप ऋषींद्वारा शापित सांबाच्या पोटातून

प्रगट झालेल्या मुसळासारखा तीव्र डंख असलेले एरक -

उजव्या पावलाच्या तळव्यातून उष्ण प्रवाह सरकत श्रीकृष्णाच्या डाव्या अंगावर ठिबकू लागला. परमपावन गारव्यात अचानक उष्णता कशी प्रकटली, ते जाणून घेण्यासाठी श्रीकृष्णाने डोळे उघडून उजव्या पायाच्या तळव्याकडे बघितले. उजव्या पावलाच्या अनावरण तळव्यात एक तीक्ष्ण बाण घुसला होता. तिथूनच डाव्या अंगावर रक्तप्रवाह ठिबकत होता. निरपेक्ष भावनेने श्रीकृष्ण त्या बाणाकडे आणि रक्ताच्या प्रवाहाकडे बघत राहिला. आता इथे गोकुळ, वृंदावन, मथुरा, द्वारका काहीही नव्हते.

"अरे! हे मी काय केले? आपण... आपण... इथे?" एक भयभीत स्वर नीरव वातावरणाला छेद देत होता. श्रीकृष्णाने आवाजाच्या दिशेस नजर वळवली. हातातील तिरकामठा कृष्णचरणी फेकून जरा पारधी हात जोडून भुईवर कोसळला.

"भगवंत, मला क्षमा करा." तो आक्रोश करू लागला. "अंधारात मला नीट दिसले नाही. मृगाची शिकार शोधत मी नदीकिनारी भटकत होतो. दुरून मला झाडाखाली वनचर मृग आहे असे वाटले. म्हणून मी बाण मारला. नकळत का होईना; पण प्रभू माझ्या हातून घोर अपराध घडला आहे. वासुदेव! मला शिक्षा करा. मी दोषी आहे."

कृष्णमुखावर पुन्हा स्मित उमटले. उजव्या पायाच्या तळव्यात टोचणाऱ्या बाणाकडे कृष्ण एकटक बघत राहिला. बाणाचा तीक्ष्ण स्पर्श त्यास एरक तृणपर्णासारखा वाटला; पण आता तो वेदनामय वाटेना. रक्ताचा ओघळ आता जमिनीवर पसरलेल्या उत्तरीयापर्यंत पोहोचला होता. नजरेसमक्ष पूर्व दिशेस उजळणारी आभा होती. त्या आभेकडे बघत आता आत्म्याची यात्रा सुरू होणार होती. आत्मा देहाचा निरोप घेत असल्यागत त्याच्या मुखमुद्रेवर अपूर्व योगप्रकाश प्रकटला.

"मला शाप द्या प्रभू! मला पापाचा दंड द्या. मी... मी आपली हत्या केली..." जरा पारधी हमसाहमशी रडत कृष्णचरणी लोळण घेत विनंती करत होता.

"शाप..." कृष्णकंठातून स्नेहार्द्र स्वर उमटला. आत्मस्थ होणाऱ्या इंद्रियांची ती अंतिम चमक होती. माता गांधारीचा शाप आठवत होता आणि महर्षी कश्यपांचाही! त्याच्या मुखावर पसरलेला योगप्रकाश अधिकच देदीप्यमान बनला. ओठांवरील स्मित बोलके बनले.

"शाप सफळ करण्यासाठी तू फक्त निमित्त बनलास. वत्सा! मनावर पापाचा भार बाळगू नकोस. शेष जीवनकर्मांची समाप्ती झाली की, तुला ऊर्ध्वगती प्राप्त होवो!"

कृष्णस्वर मंद होत होत विलय पावला. उजव्या पायाच्या तळव्यातून उसळलेली रक्तधार आता त्याच्या देहास व्यापत होती. डोळे मिटताच त्याच्या मुखावर अपूर्व तेजस्वी भाव आणि जोडीस समाधानाची रेषा उमटली. पूर्व दिशेस प्रकटलेल्या आभेच्या मृदू किरणांनी अश्वत्थाच्या फांद्याच्या चाळणीतून कृष्णाच्या देहास स्पर्श करताच कृष्णाच्या श्रीमुखावरील स्मित अधिकच मुखरीत झाले.

अनेक वर्षांपूर्वी मथुरेच्या कारागृहात रात्रीच्या निबिड अंधारात प्रकट झालेल्या एका युगाची, तशाच अंधारात चिरत समाप्ती झाली होती...

❖